ಡಾ. ರಾಧವಲ್ಲಭ ತ್ರಿಪಾಠಿ

Dr. RADHAVALLABH TRIPATHI

ಹುಟ್ಟಿದ್ದು ೧೫. ೨. ೧೯೪೨-ಮಧ್ಯಪ್ರದೇಶದ ರಾಯಗಡದಲ್ಲಿ. ಸಂಸ್ಕೃತದಲ್ಲಿ ಎಂ. ಎ. (೧೯೭೦-ಸುವರ್ಣ ಪದಕದೊಂದಿಗೆ), ಪಿಎಚ್‌ಡಿ,. (೧೯೭೨), ಡಿಲಿಟ್ ೧೯೮೧ ಪದವಿ. ಸಂಸ್ಕೃತ ಪ್ರಾಧ್ಯಾಪಕರಾಗಿ (ಸಾಗರ, ಮಧ್ಯಪ್ರದೇಶ), ಬ್ಯಾಂಕಾಕಿನಲ್ಲಿ ಭಾರತೀಯ ರಾಯಭಾರ ಕಛೇರಿಯಲ್ಲಿ ಸಲಹೆಗಾರರಾಗಿ, ಸಿಲ್ಪಕಾರ್ನ್ ವಿಶ್ವ ವಿದ್ಯಾಲಯದಲ್ಲಿ ಅತಿಥಿ ಉಪನ್ಯಾಸಕರಾಗಿ, ಸಾಗರ ವಿಶ್ವವಿದ್ಯಾಲಯದ ಕಾರ್ಯವಾಹಕ ಕುಲಪತಿಯಾಗಿ, ರಾಷ್ಟ್ರೀಯ ಸಂಸ್ಕೃತ ಸಂಸ್ಥಾನದ ಕುಲಪತಿಯಾಗಿ, ನ್ಯಾಕ್ ಸಮಿತಿಯ ಸದಸ್ಯರಾಗಿ (ಬೆಂಗಳೂರು), ಎನ್‌ಸಿಇಆರ್‌ಟಿಯ ಸಂಸ್ಕೃತ ಪಠ್ಯಪುಸ್ತಕ ಸಮಿತಿಯ ಅಧ್ಯಕ್ಷರಾಗಿ, ಸಾಹಿತ್ಯ ಅಕಾಡೆಮಿಯ ಸಂಸ್ಕೃತ ಭಾಷೆಯ ಸಂಚಾಲಕರಾಗಿ ಕೆಲಸ ನಿರ್ವಹಣೆ. ನಾಟ್ಯಶಾಸ್ತ್ರದ ಪದವಿವರಣ ಕೋಶ (ನಾಲ್ಕು ಸಂಪುಟಗಳಲ್ಲಿ) ಸೇರಿದಂತೆ ೭೦ಕ್ಕೂ ಹೆಚ್ಚು ಕೃತಿಗಳು ಪ್ರಕಟವಾಗಿವೆ. ಇವರ ಅನೇಕ ಕವಿತೆ, ಕಥೆಗಳು ತೆಲಗು, ಮಲೆಯಾಳಂ, ಮರಾಠಿ ಭಾಷೆಗಳಿಗೆ ಅನುವಾದಗೊಂಡಿವೆ. ಉತ್ತರ ಪ್ರದೇಶ ಸಾಹಿತ್ಯ ಅಕಾಡೆಮಿ ಪ್ರಶಸ್ತಿ, ರಾಜಶೇಖರ ಪ್ರಶಸ್ತಿ (ಎಂಪಿ), ಸಾಹಿತ್ಯ ಕಲಾ ಪ್ರಶಸ್ತಿ (ದೆಹಲಿ), ವ್ಯಾಸ ಪ್ರಶಸ್ತಿ, ಭೋಜ ಪ್ರಶಸ್ತಿ, ವಾಗೀಶ್ವರಿ ಪ್ರಶಸ್ತಿ (ಹಿಂದಿ ಸಾಹಿತ್ಯಕ್ಕೆ), ಕಂಬನ್ ಸಮ್ಮಾನ್ (ಕೊಲ್ಕೊತ್ತ), ಕಾಲಿದಾಸ ಪ್ರಶಸ್ತಿ, ರಾಮಕೃಷ್ಣ ಪ್ರಶಸ್ತಿ (ಕೆನಡಾ), ಭವಭೂತಿ ಸನ್ಮಾನ್ (ಅಲಹಾಬಾದ್), ಜಯದೇವ ಸರಸ್ವತಿ ಸನ್ಮಾನ್ (ಭುವನೇಶ್ವರ್), ಮಹಾಕವಿ ಕಾಲಿದಾಸ ರಾಷ್ಟ್ರೀಯ ಪುರಸ್ಕಾರ (ನಾಗಪುರ), ಅಖಿಲ ಭಾರತೀಯ ಅಂಬಿಕಾದತ್ತ ವ್ಯಾಸ ಪುರಸ್ಕಾರ (ಜಯಪುರ), ನಾಟ್ಯಸಾಹಿತ್ಯ ಕಲಾನಿಧಿ ಪ್ರಶಸ್ತಿ (ಚೆನ್ನೈ), ಮೀರಾ ಸನ್ಮಾನ್ (ಅಲಹಾಬಾದ್), ಪೂನಾದ ಡೆಕ್ಕನ್ ಕಾಲೇಜಿನ ಗೌರವ ಡಾಕ್ಟರೇಟ್ ಸೇರಿದಂತೆ ಹಲವು ಗೌರವ-ಪ್ರಶಸ್ತಿಗಳು ಸಂದಿವೆ.

ಅತ್ತಿಮುರುಡು ವಿಶ್ವೇಶ್ವರ

ಹುಟ್ಟಿದ್ದು ಅಘನಾಶಿನಿ ಕೊಳ್ಳದ ಹೇರೂರ ಸೀಮೆಯ ಅತ್ತೀಮುರುಡು ಗ್ರಾಮದಲ್ಲಿ (೧೯೫೦). ಮಾಧ್ಯಮಿಕ ಶಾಲೆಯವರೆಗೆ ಶಿಕ್ಷಣ. ಮೂಲತಃ ಕೃಷಿಕರು. ಸ್ವಂತ ಅಧ್ಯಯನ ಪರಿಶ್ರಮಗಳ ಮೂಲಕ ತಮ್ಮ ಚಿಂತನಗಳು, ಪ್ರಬಂಧಗಳನ್ನು ಬಾನುಲಿಗಳಲ್ಲಿ ಮತ್ತು ಉನ್ನತ ಶೈಕ್ಷಣಿಕ ಕೇಂದ್ರಗಳಲ್ಲಿ ಪ್ರಭಾವಯುತವಾಗಿ ಮಂಡಿಸಿ ಉತ್ತಮ ವಾಗ್ಮಿಯಾಗಿ, ಕವಿಯಾಗಿ, ಕಲಾವಿದರಾಗಿ, ಅಂಕಣಕಾರರಾಗಿ, ಆಧ್ಯಾತ್ಮಿಕ ಸಾಧಕರಾಗಿ ಪರಿಚಿತರು. ಕನ್ನಡ, ಇಂಗ್ಲಿಷ್, ಸಂಸ್ಕೃತ ಭಾಷೆಗಳಲ್ಲಿ ಪರಿಶ್ರಮ. ತಾಳೆಗರಿ ಲಿಪಿ, ಶಿಲಾ ಶಾಸನ ಸಂಶೋಧನೆಯಲ್ಲಿ ಆಸಕ್ತಿ. ಸಾಂಸ್ಥಿಕ, ಸಾಮಾಜಿಕ ಪರಿಸರಕ್ಕೆ ಪೂರಕವಾಗುವಂಥ ಸಂವಿಧಾನದ ಕಲಮುಗಳನ್ನು ಅರಿತುಕೊಂಡವರಲ್ಲಿ ಪ್ರಮುಖರು.

ಪ್ರಕಟಿತ ಕೃತಿಗಳು: ಚಿಗುರು ಚಪ್ಪರ ಕಂಟಿ, ಹೂವು ಕಟ್ಟಿದ ಹುತ್ತ (ಕವನ ಸಂಕಲನಗಳು), ನ್ಯಗ್ರೋಧ (ಪ್ರಬಂಧ ಸಂಗ್ರಹ), ಹೇರೂರ ಸೀಮೆ ಐತಿಹಾಸಿಕ (ಸಮೀಕ್ಷಾಧ್ಯಯನ), ಇಟಗಿಯ ಇತಿವೃತ್ತ, ಶತಮಾನದ ಗತಿಬಿಂಬಗಳು (ಇತರ ಕೃತಿಗಳು). ಯುದ್ಧಮಂಡಳ ಮಧ್ಯದೊಳಗೆ (ಸ್ವಾತಂತ್ರ್ಯ ಹೋರಾಟದ ಕರಪತ್ರ ದಾಖಲೆಗಳು), ತೀರ್ಥಮತ್ತೂರಿನ ಚಾರಿತ್ರಿಕ ದಾಖಲೆಗಳು (ಸಂಪಾದನೆ), ವೇದಾಂತ ಮನಿನ (ಸಂಸ್ಕೃತದಿಂದ ಅನುವಾದಿತ), ನಾಟ್ಯಶಾಸ್ತ್ರ ವಿಚಾರ (ಇಂಗ್ಲಿಷ್‌ನಿಂದ ಅನುವಾದಿತ), ಒಂಟಿ ಬಂಡೆ ಮತ್ತು ಪರಿಸರ ಸಂದೇಶ (ರೂಪಕ).

ಸದ್ಯ ಶಿರಸಿಯ ಹತ್ತಿರದ ತಮ್ಮ ಊರಿನಲ್ಲಿ ವಾಸವಾಗಿದ್ದಾರೆ.

ಹಿಂದಿ ಮೂಲ ಪ್ರೊ. ರಾಧಾವಲ್ಲಭ ತ್ರಿಪಾಠಿ

ನಾಟ್ಯಶಾಸ್ತ್ರ ಪರಂಪರೆ
ಮತ್ತು
ಪ್ರಾಸಂಗಿಕತೆ

ಕನ್ನಡಕ್ಕೆ
ಅತ್ತೀಮುರುಡು ವಿಶ್ವೇಶ್ವರ

ಅಭಿನವ
೧೭/೧೮-೨, ಮೊದಲನೆಯ ಮುಖ್ಯರಸ್ತೆ, ಮಾರೇನಹಳ್ಳಿ
ವಿಜಯನಗರ, ಬೆಂಗಳೂರು - ೫೬೦ ೦೪೦

NAATYASHASTRA PARAMPARE MATTU PRASANGIKATE (Original in Hindi) - by **Radhavallabha Tripathi**. Translated into Kannada by **Attimaurudu Vishveswara.** Published by **Abhinava,** 17/18–2, 1st Main, Marenahalli, Vijayanagara, Bengaluru-560 040. Ph: 9448804905, 080-23505825. email:abhinavaravi@gmail.com.

First Impression: 2020 Pages: 64 Price: Rs. 75/-

Paper Used: 70 GSM N.S. Maplitho Size: Demy 1/8

ISBN : 978-81-943440-4-9

ಕನ್ನಡ ಅನುವಾದದ ಹಕ್ಕಗಳು: ಅಭಿನವ, ಬೆಂಗಳೂರು.

ಕಾಗದದ ಗುಣಮಟ್ಟ: ೭೦ ಜಿ.ಎಸ್.ಎಂ. ಎನ್.ಎಸ್. ಮ್ಯಾಪ್‌ಲಿಥೋ

ಪುಸ್ತಕದ ಆಕಾರ: ೧/೮ ಅಷ್ಟದಳ (ಡೆಮಿ)

ಪ್ರಧಾನ ಸಂಪಾದಕ:
ನ ರವಿಕುಮಾರ

ಸಲಹೆ ಸಹಕಾರ:
ಡಾ. ಪಿ. ಚಂದ್ರಿಕಾ
ಶ್ರೀಮತಿ ಸರಿತಾ ನವಲಿ, ಅಮೆರಿಕ
ಎ. ಎನ್. ಎಂ. ಇಸ್ಮಾಯಿಲ್
ಅರವಿಂದ

ಪ್ರಸಾರಣೆ: ಕೃಷ್ಣಾ ಚೆಂಗಡಿ
ಪುಸ್ತಕ ವಿನ್ಯಾಸ: ಶ್ರೀಧರ್
ಮುಖಪುಟ ವಿನ್ಯಾಸ: ಮನೋಜ್
ಮುದ್ರಣ: ಧರಣಿ ಪ್ರಿಂಟರ್ಸ್, ಬೆಂಗಳೂರು.

ಅರಿಕೆ

ಡಾ. ರಾಧಾವಲ್ಲಭ ತ್ರಿಪಾಠಿಯರು ಹೃದಯಸಂಪನ್ನರು; ಸಂಸ್ಕೃತದ ಪ್ರಕಾಂಡ ಪಂಡಿತರು. ಅವರದು ದಣಿವರಿಯದ ಚೇತನ. ಸಂಸ್ಕೃತ ಮತ್ತು ಹಿಂದಿಯಲ್ಲಿ ಸುಮಾರು ಒಂದು ನೂರಾ ಅರವತ್ತು ಗ್ರಂಥಗಳನ್ನು ಬರೆದಿರುವರು. ಮಧ್ಯಪ್ರದೇಶದ ರಾಯಗಡದಲ್ಲಿ ೧೫-೨-೧೯೪೯ರಲ್ಲಿ ಜನಿಸಿದ ತ್ರಿಪಾಠಿಯವರು ೧೯೭೦ರಿಂದ ಅಧ್ಯಾಪನ ವೃತ್ತಿಯನ್ನು ಆರಂಭಿಸಿದರು. ಬ್ಯಾಂಕಾಕಿನಲ್ಲಿ ಭಾರತೀಯ ರಾಯಭಾರ ಕಛೇರಿಯಲ್ಲಿ ಸಲಹೆಗಾರರಾಗಿ ಮೂರು ವರ್ಷ ಸೇವೆ ಸಲ್ಲಿಸಿದರು. ಸಿಲ್ಪಕಾರ್ನ್ ವಿಶ್ವವಿದ್ಯಾಲಯದಲ್ಲಿ ಅತಿಥಿ ಉಪನ್ಯಾಸಕರಾಗಿ, ಸಾಗರ ವಿಶ್ವವಿದ್ಯಾಲಯದ ಕಾರ್ಯವಾಹಕ ಕುಲಪತಿಯಾಗಿ, ರಾಷ್ಟ್ರೀಯ ಸಂಸ್ಕೃತ ಸಂಸ್ಥಾನದ ಕುಲಪತಿಯಾಗಿ ಕೆಲಸ ಮಾಡಿದ್ದಾರೆ. ಇವಲ್ಲದೇ ಸಂಸ್ಕೃತ ಭಾಷೆಯ ನಿಯತಕಾಲಿಕೆ 'ಸಾಗರಿಕಾ' ಮತ್ತು ಹಿಂದಿಯ 'ನಾಟ್ಯಮ್'ಗಳ ಸಂಪಾದಕರಾಗಿ ಮೂವತ್ತೆರಡು ವರ್ಷಗಳಿಂದ ದುಡಿಯುತ್ತಿದ್ದಾರೆ

ತ್ರಿಪಾಠಿಯವರು ರಾಷ್ಟ್ರೀಯ ಮತ್ತು ಅಂತರರಾಷ್ಟ್ರೀಯ ಪುರಸ್ಕಾರಗಳಿಂದ ಅಲಂಕೃತರಾಗಿದ್ದಾರೆ. ಅವರ ಅನೇಕ ಕಥೆಗಳು-ಕವಿತೆಗಳು ಮರಾಠಿ, ತೆಲುಗು ಮತ್ತು ಮಲಯಾಳಂ ಭಾಷೆಗಳಿಗೆ ಅನುವಾದವಾಗಿವೆ. ತ್ರಿಪಾಠಿಯವರು ನಾಟ್ಯಶಾಸ್ತ್ರ ವಿಶ್ವಕೋಶವನ್ನು ರಚಿಸಿದ್ದು ನಾಲ್ಕು ಭಾಗಗಳಲ್ಲಿರುವ ಇದು ದೇಶ-ವಿದೇಶಗಳಲ್ಲಿ ಹೆಸರಾಗಿ ಜನಪ್ರಿಯವಾಗಿದೆ.

ಮೇರು ವಿದ್ವಾಂಸರಾಗಿರುವ ಡಾ. ತ್ರಿಪಾಠಿಯವರು, ಜಯಪುರದಲ್ಲಿರುವ ರಾಜಸ್ಥಾನ ಸಂಸ್ಕೃತ ಅಕಾಡೆಮಿಯಲ್ಲಿ ದಿನಾಂಕ ೨೧-೬-೨೦೧೩ರಂದು ಅಕಾಡೆಮಿಯ ವಿಶೇಷೋಪನ್ಯಾಸ ಮಾಲೆಯಲ್ಲಿ 'ನಾಟ್ಯಶಾಸ್ತ್ರದ ಪರಂಪರೆ ಮತ್ತು ಸಾಂದರ್ಭಿಕತೆ ವಿಷಯ ಕುರಿತು ಪ್ರಥಮ ಉಪನ್ಯಾಸ ನೀಡಿದ್ದರು. ಆ ಉಪನ್ಯಾಸವನ್ನು ಅಕಾಡೆಮಿಯು ಪುಸ್ತಿಕೆಯ ರೂಪದಲ್ಲಿ ಪ್ರಕಟಿಸಿದೆ. ತ್ರಿಪಾಠಿಯವರ

ನಾಟ್ಯಶಾಸ್ತ್ರ ವಿಶ್ವಕೋಶದ ಎರಡು ಸಂಪುಟಗಳ ಸಂಗಡ ಶ್ರೀಯುತರು ಶಿರಸಿಯ ಗಡಿಕೈ ಶ್ರೀ ನಾರಾಯಣ ಹೆಗಡೆಯವರಿಗೆ ಈ ಪುಸ್ತಿಕೆಯನ್ನೂ ಅನುವಾದಿಸಲೆಂದು ಕಳಿಸಿಕೊಟ್ಟರು. ವಿಶ್ವಕೋಶದ ಸಂಪುಟಗಳ ಅನುವಾದ ಮುಗಿಸಿದ ನಾನೀಗ **'ನಾಟ್ಯಶಾಸ್ತ್ರದ ಪರಂಪರೆ ಮತ್ತು ಸಾಂದರ್ಭಿಕತೆ'**ಯನ್ನು ಅನುವಾದ ಮಾಡಿದ್ದೇನೆ. ನಾಟ್ಯಶಾಸ್ತ್ರ ಮತ್ತು ಅದರ ಪರಂಪರೆಯ ತಲಸ್ಪರ್ಶಿ ಅಧ್ಯಯನ ಹಾಗೂ ಚಿಂತನೆಗಳು ವ್ಯಕ್ತವಾಗಿರುವುದನ್ನು ಇಲ್ಲಿ ಕಾಣಬಹುದಾಗಿದೆ. ನಾಟ್ಯಶಾಸ್ತ್ರ ಮತ್ತು ಅದರ ಭಾರತೀಯ ಪರಂಪರೆಯ ಬಗೆಗೆ ತಿಳಿಯುವ ಕುತೂಹಲವುಳ್ಳವರಿಗೆ ಇದರಿಂದ ಸಹಾಯವಾದೀತೆಂದು ಭಾವಿಸಿದ್ದೇನೆ.

*

ಈ ಪುಸ್ತಕವನ್ನು ಪ್ರಕಟಿಸುತ್ತಿರುವ ಅಭಿನವದ ನ. ರವಿಕುಮಾರ್ ಮತ್ತು ಪಿ. ಚಂದ್ರಿಕಾ ಅವರನ್ನು, ಅಭಿನವಕ್ಕೆ ನನ್ನನ್ನು ಪರಿಚಯಿಸಿದ ಅಶೋಕ ಹಾಸ್ಯಗಾರ್ ಅವರನ್ನು, ಪುಸ್ತಕ ವಿನ್ಯಾಸ ಮಾಡಿದ ಶ್ರೀಧರ್ ಮತ್ತು ಮುಖಪುಟದ ಕಲಾವಿದರಾದ ಮನೋಜ್, ಕರಡು ತಿದ್ದಿದ ಇಂದ್ರಕುಮಾರ್, ಮುದ್ರಿಸಿದ ಧರಣಿ ಪ್ರಿಂಟರ್ಸ್‌ನ ಹೂವಪ್ಪ ಮತ್ತು ಸಿಬ್ಬಂದಿ ವರ್ಗಕ್ಕೆ ಧನ್ಯವಾದಗಳು.

– ಅತ್ತೀಮುರುಡು ವಿಶ್ವೇಶ್ವರ

ಅಂಚೆ: ಹೇರೂರ,
ತಾ: ಸಿದ್ದಾಪುರ (ಉ.ಕ.)
ದೂರವಾಣಿ: ೯೪೮೧೬೮೭೦೬೪.

ಪ್ರಸ್ತಾವನೆ

ಶ್ರೀ ಅತ್ತಿಮುರುಡು ವಿಶ್ವೇಶ್ವರ ಅವರು ಬಹುಶ್ರುತರು, ಕವಿಗಳು, ನಾಟಕಾದಿ ಸಾಹಿತ್ಯ ಪ್ರಕಾರಗಳಲ್ಲಿ ಪರಿಶ್ರಮವುಳ್ಳವರು. ಬಹುಭಾಷಾ ಕೋವಿದರು. ಯಕ್ಷಗಾನ ಅರ್ಥಧಾರಿಗಳು, ತಾಳೆಗರಿ ಲಿಪಿ, ಶಾಸನ ಓದುವ ಪರಿಣತಿ ಉಳ್ಳವರು. ಹೀಗೆ ಅನೇಕ ಸಾಂಸ್ಕೃತಿಕ ಚಟುವಟಿಕೆಗಳಿಗೆ ತುಡಿವವರು. ನನ್ನ ಬಹುಕಾಲದ ಒಡನಾಡಿಗಳು. ಭರತನ ನಾಟ್ಯಶಾಸ್ತ್ರದ ಮೇಲೆ ವ್ಯಾಖ್ಯಾನ ಮಾಡುತ್ತಿರುವ ಮಧ್ಯಪ್ರದೇಶದ ಡಾ. ರಾಧಾವಲ್ಲಭ ತ್ರಿಪಾಠಿಯವರ 'ನಾಟ್ಯಶಾಸ್ತ್ರ ಪರಂಪರಾ ಔರ್ ಪ್ರಾಸಂಗಿಕತಾ' ಎಂಬ ಹಿಂದಿ ಭಾಷೆಯಲ್ಲಿನ ಉಪನ್ಯಾಸವನ್ನು ಶ್ರೀ ಅತ್ತಿಮುರುಡು ವಿಶ್ವೇಶ್ವರ ಅವರು ಹಿಂದಿಯಿಂದ ಕನ್ನಡಕ್ಕೆ ತರ್ಜುಮೆ ಮಾಡಿಕೊಟ್ಟಿದ್ದಾರೆ. ಈ ಕೃತಿಗೆ ಪ್ರಸ್ತಾವನೆ ಬರೆಯಬೇಕೆಂದು ಅಭಿನವದ ರವಿಕುಮಾರ್ ಕೇಳಿಕೊಂಡಾಗ ಸಂತಸದಿಂದಲೇ ಒಪ್ಪಿಕೊಂಡಿದ್ದೇನೆ.

ಭರತನ ನಾಟ್ಯಶಾಸ್ತ್ರದ ಮೇಲೆ ಬೇರೆ ಬೇರೆ ಭಾಷೆಗಳಲ್ಲಿ ಮಂಡಿತವಾದ ಪ್ರಬಂಧಗಳು, ವ್ಯಾಖ್ಯಾನಗಳು, ವಿಶ್ಲೇಷಣೆಗಳು ವಿಚಾರ ಸಂಕಿರಣಗಳಲ್ಲಿ ನಡೆದ ಚರ್ಚೆಗಳು ಕನ್ನಡದಲ್ಲಿ ಆಗಿಲ್ಲವೆಂದು ಭಾವಿಸುತ್ತೇನೆ. ನಾಟ್ಯಶಾಸ್ತ್ರದ ಮೇಲೆ ಕನ್ನಡದಲ್ಲಿ ಬಂದ ಕೃತಿಗಳ ಸಂಖ್ಯೆಯೂ ಕಡಿಮೆಯೇ. ಆದರೆ ಯಕ್ಷಗಾನವೂ ಸೇರಿದಂತೆ ಭಾರತದ ವಿವಿಧ ಪ್ರಾದೇಶಿಕ ಪ್ರದರ್ಶನ ಕಲೆಗಳ ಶಾಸ್ತ್ರೀಯತೆಯನ್ನು ಗುರುತಿಸುವಾಗ ನಾಟ್ಯಶಾಸ್ತ್ರದ ಉಲ್ಲೇಖ ಮಾಡದೆ ಇರಲು ಸಾಧ್ಯವೇ ಇಲ್ಲ. ದೇಶದ ಬಹುತೇಕ ಪ್ರದರ್ಶನ ಕಲೆಗಳ ಬೀಜ, ಬೇರು ನಾಟ್ಯಶಾಸ್ತ್ರದ್ದಾಗಿದೆ. ಅಂಥ ಅನೇಕ ಕಲೆಗಳ ಅಧ್ಯಯನದ ಮೇಲಿನ ಉನ್ನತ ಕೃತಿಗಳ ಸಾಲಿನಲ್ಲಿ ಡಾ. ರಾಧಾವಲ್ಲಭ ತ್ರಿಪಾಠಿಯವರ ಕೃತಿಗಳು ನಿಲ್ಲುತ್ತವೆ. ಅವರು ನಾಟ್ಯಶಾಸ್ತ್ರದ ಮೇಲೆ ಮಾಡಿದ ಉಪನ್ಯಾಸಗಳ ಸಂಗ್ರಹವನ್ನು ಶ್ರೀ ಅತ್ತಿಮುರುಡು

ವಿಶ್ವೇಶ್ವರ ಅವರು ಕನ್ನಡಕ್ಕೆ ಭಾಷಾಂತರ ಮಾಡಿಕೊಟ್ಟಿದ್ದಾರೆ. ಶಿರಸಿಯ ಸೋಂದಾ ಸ್ವರ್ಣವಲ್ಲೀ ಮಹಾಸಂಸ್ಥಾನದ ಭಗವತ್ಪಾದ ಪ್ರಕಾಶನವೂ **'ನಾಟ್ಯಶಾಸ್ತ್ರ ವಿಚಾರ'** ಎಂಬ ಹೆಸರಿನಲ್ಲಿ ಡಾ. ತ್ರಿಪಾಠಿಯವರ ಒಂದು ಪುಸ್ತಕವನ್ನು ಪ್ರಕಟಿಸಿದ್ದಾರೆ. ಇದು ಕನ್ನಡ ಪ್ರದರ್ಶನ ಕಲಾಪ್ರಪಂಚಕ್ಕೆ ಅಮೂಲ್ಯ ಕೊಡುಗೆಯಾಗಿದೆ. ಇದೀಗ ಶ್ರೀ ಅತ್ತಿಮುರುಡು ವಿಶ್ವೇಶ್ವರ ಅವರ ಈ ಕೃತಿಯನ್ನು ಪ್ರತಿಷ್ಠಿತ ಸಂಸ್ಥೆ ಅಭಿನವ ಪ್ರಕಟಿಸುತ್ತಿರುವುದು ಪ್ರಶಂಸನೀಯ.

ಈ **'ನಾಟ್ಯಶಾಸ್ತ್ರ ಪರಂಪರೆ ಮತ್ತು ಪ್ರಾಸಂಗಿಕತೆ'** ಕೃತಿಯು ಚಿಕ್ಕದಾದರೂ ನಾಟ್ಯಶಾಸ್ತ್ರದ ಕುರಿತಾಗಿ ವಿಶ್ಲೇಷಣಾ ನೋಟವನ್ನು ನೀಡುವುದಲ್ಲದೆ; ಯಕ್ಷಗಾನ ಸೇರಿದಂತೆ ವರ್ತಮಾನದಲ್ಲೂ ಶಾಸ್ತ್ರೀಯತೆಯನ್ನುಳಿಸಿಕೊಂಡು ಬೆಳೆದುಬಂದಿರುವ ಭಾರತದ ಎಲ್ಲ ಪ್ರದರ್ಶನ ಕಲೆಗಳಲ್ಲಿ ಕಳಚಿರುವ ಪಾರಂಪರಿಕ ಕೊಂಡಿಗಳನ್ನು ಜೋಡಿಸಿಕೊಳ್ಳಲು ಅಥವಾ ಅರ್ಥೈಸಿಕೊಳ್ಳಲು ಅತ್ಯಂತ ಯೋಗ್ಯವಾಗಿದೆ. ಈ ಕೃತಿಯಲ್ಲಿ ನಾಟ್ಯಶಾಸ್ತ್ರ ಪರಂಪರೆಯನ್ನು ಉಲ್ಲೇಖಿಸುತ್ತಾ 'ನಾಟ್ಯಶಾಸ್ತ್ರ ಮತ್ತು ಸಂಸ್ಕೃತ ನಾಟಕವಿರದ ಭರತವರ್ಷವು ಉಂಗುರ ಕಳೆದುಹೋಗಿರುವ ಶಕುಂತಲೆಯಂತೆ. ನಾಟ್ಯಶಾಸ್ತ್ರ ಮತ್ತು ಸಂಸ್ಕೃತ ನಾಟಕಗಳೊಂದಿಗಿನ ಭಾರತವು ಕಳೆದುಹೋದ ಉಂಗುರವು ದುಷ್ಯಂತನಿಗೆ ದೊರಕಿದಂತಿರುತ್ತದೆ' ಎಂದು ಡಾ. ತ್ರಿಪಾಠಿಯವರು ಉದ್ಗರಿಸಿದ್ದನ್ನು ಅತ್ತಿಮುರುಡು ಅವರು ವಿಶೇಷವಾಗಿ ಪ್ರಸ್ತಾಪಿಸಿದ್ದಾರೆ.

ಇದು ಉಪನ್ಯಾಸ ಮಾಲಿಕೆಯಾದುದರಿಂದ ಪ್ರಧಾನ ಶೀರ್ಷಿಕೆಯೆಂದು ಪ್ರತ್ಯೇಕವಾಗಿಲ್ಲ. ಎಲ್ಲವೂ ಉಪಶೀರ್ಷಿಕೆಗಳೇ ಆಗಿವೆ. ನಾಟ್ಯಶಾಸ್ತ್ರದ ಪ್ರಯೋಜನ ಸಂಬಂಧ ನಿರೂಪಣೆ, ನಾಟ್ಯಶಾಸ್ತ್ರದ ವಸ್ತು, ಸಂರಚನಾತ್ಮಕ ಅನ್ವಿತಿ (ಸಂಬಂಧ), ವೈಶ್ವಿಕ (ಜಾಗತಿಕ), ಏಕಾತ್ಮತಾ ಮೂಲ ಅನ್ವಿತಿ, ನಾಟ್ಯಶಾಸ್ತ್ರದ ಮೂರು ಪರಂಪರೆಗಳು, ನಾಟ್ಯದ ಚತುಷ್ಟಯೀ, ಪಂಚತಯೀ, ನಾಟ್ಯ ಮತ್ತು ನಾಟ್ಯವೇದ ಹೀಗೆ ಅನೇಕ ವಿಚಾರಗಳನ್ನು ಡಾ. ತ್ರಿಪಾಠಿಯವರು ಪ್ರಾಸಂಗಿಕ ದೃಷ್ಟಿಕೋನದಿಂದ ನೋಡಿರುವುದನ್ನು ಅಷ್ಟೇ ಮುತುವರ್ಜಿಯಿಂದ ಶ್ರೀ ಅತ್ತಿಮುರುಡು ವಿಶ್ವೇಶ್ವರರು ಕನ್ನಡಕ್ಕೆ ತಂದಿದ್ದಾರೆ. ಯಕ್ಷಗಾನ ಪ್ರದರ್ಶನದ ರೂಢಿ ಪರಂಪರೆಯಲ್ಲಿ ನಾಟ್ಯಶಾಸ್ತ್ರದ ನೇರವಾದ ಅನ್ವಿತಿಯಿರುವುದನ್ನು ಈ ಕೃತಿಯಲ್ಲಿ ವಿಭಿನ್ನ ರೀತಿಯಲ್ಲಿ ತಿಳಿಸಿಕೊಡಲಾಗಿದೆ. ಇಂಥ ಅನೇಕ ಕಾರಣಗಳಿಂದ ಈ ಕೃತಿ ಕನ್ನಡಕ್ಕೆ ಬಂದಿರುವುದನ್ನು ಅಮೂಲ್ಯ ಕೊಡುಗೆ ಎಂದು ಅಭಿಮಾನದಿಂದ ಹೇಳಬಹುದು, ಗೌರವದಿಂದ ಸ್ವಾಗತಿಸಬಹುದು.

– ಅಶೋಕ ಹಾಸ್ಯಾಗಾರ, ಶಿರಸಿ

ಕವಿ, ಪತ್ರಕರ್ತ

ನಾಟ್ಯಶಾಸ್ತ್ರ ಪರಂಪರೆ
ಮತ್ತು
ಪ್ರಾಸಂಗಿಕತೆ

ನನ್ನ ಉಪನ್ಯಾಸವನ್ನು ವಸಂತ ಲಹರಿಯ ಸ್ವೋಪಜ್ಞ ಪದ್ಯದೊಂದಿಗೆ ಆರಂಭಿಸುತ್ತಿದ್ದೇನೆ –

ಶಬ್ದಾ ಯಥಾ ಸ್ಮೃತಿಮುಪೇತ್ಯ ಪುನರ್ವಿಲೀನಾ
ಸೀದಂತಿ ಚಿತ್ತ ಜಗತಿ ಕ್ವಚಿದೇಕ ಕೋಣೇ।
ಉದ್ಭಿದ್ಯತೇऽಥ ವಿನಾಶಮುಪೈತಿ ಸದ್ಯಃ
ಕಾವ್ಯಾಂಕುರಃ ಕವಿಮನಃ ಸು ತಥಾ ವಸಂತಃ॥

ಶಬ್ದಗಳು ನಮ್ಮ ಚಿತ್ತದಲ್ಲಿ ಹೊಳೆಯತ್ತವೆ, ಆಮೇಲೆ ಮನಸ್ಸಿನ ಯಾವುದೋ ಮೂಲೆಯಲ್ಲಿ ಬಿದ್ದಿರುತ್ತವೆ; ಮರೆವಿನ ಬಸಿರೊಳಗೆ ಸೇರಿಹೋಗುತ್ತವೆ. ಕವಿತೆಯ ಅಂಕುರವು ಮನಸ್ಸಿನೊಳಗೆ ಮಿಂಚುತ್ತದೆ; ಆಮೇಲೆ ಬಾಡಿ ಬತ್ತಿ ಹೋಗುತ್ತದೆ. ನಮ್ಮ ಕಾಲದಲ್ಲಿ ವಸಂತದ ಶೋಭೆಯೂ ಕೆಲವು ಮಟ್ಟಿಗೆ ಹೀಗೆಯೇ ಆಗಿದೆ.

ಇಂದು ಕೆಲವಾರು ಶಾಸ್ತ್ರ ಪರಂಪರೆಗಳು ಕೂಡಾ, ಕಳೆದುಹೋದ ಶಬ್ದಗಳಂತೆ ಅಥವಾ ಕವಿಮಾನಸದಲ್ಲಿ ಮೂಡಿ ಮತ್ತೆ ವಿಲೀನವಾಗಿ ಹೋದ ಕಾವ್ಯಾಂಕುರದಂತೆ ಅಡಗಿಹೋಗಿವೆ. ಈ ಮಾತು ನಾಟ್ಯಶಾಸ್ತ್ರದ ಬಗೆಗೂ ವಿಶೇಷವಾಗಿ ಅನ್ವಯವಾಗುತ್ತದೆ. ಕಳೆದುಹೋಗಿರುವ ಶಬ್ದಗಳಂತೆ ಅದೃಶ್ಯವಾಗುತ್ತ ಹೋಗುವ ವಸಂತ ಸುಷಮೆಯಂತೆ ಇದು ಒಂದು ಉಪೇಕ್ಷಿತವಾಗಿರುವ ಲುಪ್ತಪ್ರಾಯಶಾಸ್ತ್ರ-ವಾಗಿದೆ.

ನಾಟ್ಯವು ಒಂದು ವೇದವಾಗಿದೆ. ಅದು ಅನಾದಿ ಕಾಲದಿಂದಲೂ ಮಾನವ ಸಂಸ್ಕೃತಿಯ ಸಂಗಡ ಸಹಚರಿತವಾಗಿದೆ. ಕಾಲಾನುಕಾಲಕ್ಕೆ ವೇದದ ವಿಸ್ಮೃತಿ ಉಂಟಾಗುತ್ತದೆ. ಯಾವುದೋ ರಾಜನೈತಿಕ ಇಲ್ಲವೇ ಸಾಮಾಜಿಕ ಪರಿಸ್ಥಿತಿಗಳ ಕಾರಣದಿಂದ ಕಳೆದ ಒಂದು ಸಾವಿರ ವರ್ಷಗಳಲ್ಲಿ, ಭಾರತದಲ್ಲಿ ನಾಟ್ಯಶಾಸ್ತ್ರದ ಅಧ್ಯಯನ ಮತ್ತು ಅಧ್ಯಾಪನ ಹೆಚ್ಚೂ ಕಡಿಮೆ ಬಿಟ್ಟೇಹೋಗಿದೆ. ಇದರ ಪ್ರಯೋಗದ ಜೀವಂತ ಪರಂಪರೆಗಳು ಕೂಡಾ ವಿರಳವಾಗಿವೆ. ನಾಟ್ಯಶಾಸ್ತ್ರದ ಕೊಂಡಿಗಳು ಕಳಚಿಹೋಗಿವೆ. ಹರಿದು ಚೆಲ್ಲಾಪಿಲ್ಲಿಯಾಗಿರುವ ಕೊಂಡಿಗಳನ್ನು ಕೆಲವರು ತಮ್ಮ ಹತ್ತಿರ ರಕ್ಷಿಸಿಟ್ಟುಕೊಂಡಿದ್ದಾರೆ. ಆದರೆ ಎಂದೋ ಇದ್ದ ಸಮಗ್ರತೆಯ ಅರಿವು ಉಳಿಯಲಿಲ್ಲ. ಯಾರು ಪ್ರಯೋಗವನ್ನು ಮಾಡುತ್ತಿದ್ದರೋ ಅವರು ಶಾಸ್ತ್ರದ

ಪರಿಚಯುವಿಲ್ಲದವರಾಗಿದ್ದರು. ಎಲ್ಲಿಯೋ ರಾಸಲೀಲಾ, ರಾಮಲೀಲಾ ಇತ್ಯಾದಿಗಳಲ್ಲಿ ಇದರ ಪರಂಪರೆಯ ಕೆಲವು ಅಂಗಗಳು ಪ್ರಚಲಿತ ಇವೆ. ದಕ್ಷಿಣದಲ್ಲಿ ವಿಶೇಷವಾಗಿ ಕೇರಳದ ಚಾಕ್ಯಾರರ ಬಳಿ ನಾಟ್ಯಶಾಸ್ತ್ರವಿದ್ದಿತು. ಆದರೆ ಅವರು ಪಂಡಿತರಾಗಿರಲಿಲ್ಲ, ಪ್ರಯೋಗ ಮಾಡುವವರಾಗಿದ್ದರು. ಅವರದನ್ನು ಓದುತ್ತಿದ್ದರು, ಓದಿಸುತ್ತಲೂ ಇದ್ದರು. ರಾಜಸ್ಥಾನದಲ್ಲಿಯೂ ಕೆಲಮಟ್ಟಿನ ಪರಂಪರೆಯು ಉಳಿದಿತ್ತು. ಇಲ್ಲಿಯಂತೂ ರಾಣಾ ಕುಂಭನಿದ್ದ. ಅವನು ನಾಟ್ಯ ಕಲೆಯ ಮರ್ಮಜ್ಞನಾಗಿದ್ದ. ಶಾಸ್ತ್ರದಲ್ಲಿಯೂ ಪಾರಂಗತನಿದ್ದ, ಅಲ್ಲದೇ ಸ್ವಯಂ ಶಾಸ್ತ್ರಕಾರನೂ ಆಗಿದ್ದ.

ನಮ್ಮ ಕಾಲವು ಅನಂತ ಸಾಧ್ಯತೆಗಳ ಸಮಯವಾಗಿದೆ. ಇದು ಎಂತಹ ಕಾಲವೆಂದರೆ ಇದರಲ್ಲಿ ಕಳೆದುಹೋಗಿದ್ದ ನಾಟ್ಯಶಾಸ್ತ್ರವನ್ನು ಪುನಃ ಪಡೆದುಕೊಳ್ಳಲು ಸಾಧ್ಯವಾಗಿದೆ. ಇದು ಕಳೆದುಹೋದುದರ ಬಗೆಗಲ್ಲ, ಕಳೆದು ಹೋಗಿದ್ದ ನಾಟ್ಯಶಾಸ್ತ್ರವು ಮರಳಿ ದೊರಕಿದ ಬಹು ದೀರ್ಘವಾದ ಕತೆಯನ್ನು ನಾನು ಸಂಕ್ಷೇಪದಲ್ಲಿ ಹೇಳುತ್ತೇನೆ.

ಅಥ ಲುಪ್ತ ನಾಟ್ಯಶಾಸ್ತ್ರ ಪುನರಾವಿಷ್ಕರಣ ಕಥಾ

ನಾಟ್ಯಶಾಸ್ತ್ರವನ್ನು ನಾವು ಮರೆತೆವು ಅಥವಾ ಕಳೆದುಕೊಂಡೆವು. ಹಲವು ಶತಮಾನಗಳತನಕ ನಾಟ್ಯಶಾಸ್ತ್ರವಿಲ್ಲದೇ ಉಳಿದೆವು. ನಾಟ್ಯಶಾಸ್ತ್ರವಿಲ್ಲದ ನಮ್ಮ ಇರುವಿಕೆಯು, ದುಷ್ಯಂತ ನೀಡಿದ್ದ ಉಂಗುರವಿಲ್ಲದ ಶಕುಂತಲೆಯಿದ್ದಂತೆಯೇ ಆಗಿತ್ತು. ನಮ್ಮ ಪರಿಚಾಯಿಕೆಯೊಂದು, ನಮ್ಮ ಬಳಿಯಿಂದ ನಮಗರಿವಿಲ್ಲದೆಯೇ ಕಳೆದುಹೋಗಿತ್ತು. ಮೇಘದೂತದ ಯಕ್ಷನ ಮಣಿಕಟ್ಟಿನಿಂದ ಕಡಗವು, ಯಾವಾಗ ಉದುರಿತೋ, ಮಣಿಕಟ್ಟು ಯಾವಾಗ ಬಡವಾಯಿತೋ ಅದರ ಗುರುತೇ ಆಗಲಿಲ್ಲ.

ನಾಟ್ಯಶಾಸ್ತ್ರವು ಮರಳಿ ದೊರಕಿದ ಕತೆಯು ಶಾಕುಂತಲವು ಪುನಃ ದೊರಕಿರುವ ಕತೆಯೊಂದಿಗೆ ಬೆರೆತುಕೊಂಡಿದೆ. ನಮಗೆ ಕಾಲಿದಾಸನ ಶಾಕುಂತಲವೂ ಹೆಚ್ಚೂಕಡಿಮೆ ಮರೆತೇ ಹೋಗಿತ್ತು. ಅದು ದೊರಕಿದಾಗ ನಾಟ್ಯಶಾಸ್ತ್ರದ ನೆನಪುಂಟಾಯಿತು. ಹದಿನೆಂಟನೆಯ ಶತಮಾನದಲ್ಲಿ ಸರ್ ವಿಲಿಯಂ ಜೋನ್ಸ್ ಕಲಕತ್ತೆಯಲ್ಲಿ ಮ್ಯಾಜಿಸ್ಟ್ರೇಟರಾಗಿದ್ದರು. ಅವರು ಹೇಗೋ ಪ್ರಯಾಸಪಟ್ಟು ಸಂಸ್ಕೃತವನ್ನು ಕಲಿತರು. ಮನುಸ್ಮೃತಿಯೇ ಮೊದಲಾದ ಗ್ರಂಥಗಳ ಮೇಲೆ ಕೆಲಸ ಮಾಡಿದರು. ಸಂಸ್ಕೃತದಲ್ಲಿ ಕಾವ್ಯ-ನಾಟಕಾದಿಗಳೂ ಬಹಳ ಇವೆಯೆಂಬುದು ಅವರಿಗೆ ಗೊತ್ತಾಯಿತು. ಅವರು ಪಂಡಿತರ ಬಳಿ, ಸಂಸ್ಕೃತದಲ್ಲಿ ಸರ್ವೋತ್ತಮ ನಾಟಕ ಯಾವುದಿದೆ? ಎಂದು ವಿಚಾರಿಸಿದರು. ಅವರಿಗೆ ಕಾಲಿದಾಸನ

ಶಾಕುಂತಲದ ಬಗೆಗೆ ಹೇಳಲಾಯಿತು. ಜೋನ್ಸ್ ಅವರು ಶಾಕುಂತಲದ ಹೊತ್ತಿಗೆಗಳನ್ನು ಹುಡುಕಿಸಿ ಅದರ ಮೇಲೆ ಕೆಲಸ ಮಾಡಲು ಶುರು ಮಾಡಿದರು. ಕ್ರಿ. ಶ. ೧೭೮೭ರಲ್ಲಿ ಶಾಕುಂತಲದ ಸಂಪಾದನೆ ಮತ್ತು ಆಂಗ್ಲಾನುವಾದದ ಕಾರ್ಯವನ್ನು ಆರಂಭಿಸಿದರು, ಕ್ರಿ. ಶ. ೧೭೮೯ರಲ್ಲಿ ಅದು ಅಚ್ಚಾಯಿತು. ಶಾಕುಂತಲವು ಮುದ್ರಣವಾದುದು ಒಂದು ಕ್ರಾಂತಿಕಾರಿಯಾದ ಘಟನೆಯಾಯಿತು. ಕಾಲಿದಾಸನ ಶಾಕುಂತಲ ಈಗ ಜಗತ್ತಿನೆದುರು ಇದೆ. ಅದು ಎದುರಿಗೆ ಬಂದಾಗ ಜಗತ್ತು ಬದಲಾಗುತ್ತದೆ. ಶಾಕುಂತಲರಹಿತ ಜಗತ್ತು ಮತ್ತು ಶಾಕುಂತಲ ಸಹಿತ ಜಗತ್ತು ಒಂದೇ ಆಗಿರುವುದು ಹೇಗೆ ಸಾಧ್ಯ?

ಜಗತ್ತು ಬದಲಾಯಿಸುತ್ತದೆ–ಎಷ್ಟೋ ಸಲ ನಾವು ಬದಲಾಗುವುದನ್ನು ಗಮನಿಸಲು ಆಗುವುದಿಲ್ಲ. ಯಾಕೆಂದರೆ ಆಧಿಭೌತಿಕ ಸ್ತರದ ಬದಲಾವಣೆಯನ್ನಷ್ಟೇ ನಾವು ಕಾಣುತ್ತೇವೆ. ಆಧಿದೈವಿಕ ಮತ್ತು ಆಧ್ಯಾತ್ಮಿಕ ಸ್ತರಗಳಲ್ಲಿ ಉಂಟಾಗುವ ಬದಲಾವಣೆಗಳನ್ನು ಬಹುಶಃ ನಾವು ತಿಳಿಯಲಾಗುವುದಿಲ್ಲ. ಈ ಪ್ರಪಂಚವು ತನ್ನ ಆಧಿಭೌತಿಕ ರೂಪದಲ್ಲಿ ಎಷ್ಟು ಬೃಹತ್ತಾಗಿದೆಯೋ ಅದರ ಬಹುಪಟ್ಟು ಆಧಿದೈವಿಕ ರೂಪದಲ್ಲಿದೆ, ಅದಕ್ಕಿಂತಲೂ ಅಧಿಕಪಟ್ಟು ಆಧ್ಯಾತ್ಮಿಕ ರೂಪದಲ್ಲಿದೆ. ಆಧಿ ಭೌತಿಕ ಬದಲಾವಣೆಯು ಮೇಲು–ಮೇಲಿನಿಂದ ಬಹಳ ದೊಡ್ಡದಾಗಿ ಅರಿವಿಗೆ ಬರುತ್ತದೆ. ಆದರೆ ಅದು ಭಂಗುರವಾದುದು ಮತ್ತು ಸಾರಹೀನವಾದುದು. ಆಧಿದೈವಿಕ ಮತ್ತು ಆಧ್ಯಾತ್ಮಿಕ ಪಾತಳಿಗಳ ಬದಲಾವಣೆಯು, ಅವುಗಳ ಸೂಕ್ಷ್ಮತೆಯ ಕಾರಣದಿಂದ ಸಹಜವಾದ ಪ್ರತ್ಯಯದ ವಿಷಯವಾಗುವುದಿಲ್ಲ. ಆದರೆ ಇವು ತಾತ್ವಿಕವಾಗಿರುತ್ತವೆ ಹಾಗೂ ತಮ್ಮ ವ್ಯಾಪ್ತಿಯಲ್ಲಿ ವಿರಾಟ ಮತ್ತು ದೂರಗಾಮಿ ಆಗಿರುತ್ತವೆ.

ನಾಟ್ಯಶಾಸ್ತ್ರ ಮತ್ತು ಸಂಸ್ಕೃತ ನಾಟಕವಿರದ ಭರತವರ್ಷವು ಉಂಗುರ ಕಳೆದುಹೋಗಿರುವ ಶಕುಂತಲೆಯಂತೆ. ನಾಟ್ಯಶಾಸ್ತ್ರ ಮತ್ತು ಸಂಸ್ಕೃತ ನಾಟಕಗಳೊಂದಿಗಿನ ಭಾರತವು ಕಳೆದುಹೋದ ಉಂಗುರವು ದುಷ್ಯಂತನಿಗೆ ದೊರಕಿದಂತಿರುತ್ತದೆ.

ವಿಲಿಯಂ ಜೋನ್ಸ್ ಅವರ ಅನುವಾದವು ಯಾವ ರೀತಿ ಜರ್ಮನಿಯನ್ನು ತಲುಪಿತು? ಅದರಿಂದ ಯುರೋಪಿನಲ್ಲಿ ಭಾರತದ ಕುರಿತ ದೃಷ್ಟಿಯೇ ಹೇಗೆ ಬದಲಾಯಿತು? ಯುರೋಪಿನ ಕಲೆ, ಸಾಹಿತ್ಯ, ಸಂಸ್ಕೃತಿಗಳಲ್ಲಿ ಬದಲಾವಣೆ ಬಂದಿತು? ಇದರಿಂದ ಭಾರತವನ್ನು ಕುರಿತ ಭಾರತೀಯರ ದೃಷ್ಟಿಯು ಎಂತು ಬದಲಾಯಿತು?– ಈ ದೊಡ್ಡ ಕತೆಯನ್ನು ವಿವರಿಸಲು ಸಮಯವಿಲ್ಲ.

ಈ ಘಟನೆಯ ತಂತು ನಾಟ್ಯಶಾಸ್ತ್ರದ ಶೋಧದೊಂದಿಗೂ ಹೀಗೆ ಬೆರೆಯುತ್ತದೆ. ಸರ್ ವಿಲಿಯಂ ಜೋನ್ಸ್ ತಮ್ಮ ಆವೃತ್ತಿಯ ಭೂಮಿಕೆಯಲ್ಲಿ ನಾಟ್ಯಶಾಸ್ತ್ರದ ಒಂದು ಉಲ್ಲೇಖವನ್ನು ಮಾಡಿದ್ದರು. 'ಈ ಪುಸ್ತಕವು ತಮಗೆ ಸಿಗಲಿಲ್ಲ, ಸಿಕ್ಕಿದ್ದರೆ ಕಾಲಿದಾಸನ ಈ ನಾಟಕವನ್ನು ಹೆಚ್ಚು ಉತ್ತಮವಾಗಿ ಅರ್ಥೈಸಿಕೊಳ್ಳಲು ಆಗುತ್ತಿತ್ತು' ಎಂಬರ್ಥದಲ್ಲಿ. ಆಗಿನಿಂದ ಆಧುನಿಕ ಜಗತ್ತಿನಲ್ಲಿ ನಾಟ್ಯಶಾಸ್ತ್ರದ ಶೋಧನೆಯ ಪ್ರಕ್ರಿಯೆ ಶುರುವಾಯಿತು.

ಹತ್ತೊಂಬತ್ತನೆಯ ಶತಮಾನದ ಮಧ್ಯಭಾಗದತನಕವೂ, ಭಾರತಶಾಸ್ತ್ರದ ಸಂಶೋಧಕರಿಗೆ ಭರತಮುನಿಯ ನಾಟ್ಯಶಾಸ್ತ್ರವು ಅಪ್ರಾಪ್ತವಾಗಿಯೇ ಇತ್ತು. ಇಂಗ್ಲೆಂಡಿನ ಪ್ರಖ್ಯಾತ ಸಂಸ್ಕೃತಜ್ಞನಾದ ಎಚ್. ಎಚ್. ವಿಲ್ಸನ್ ಅವರು Select Specimen of the Theatre of Hindus ಎಂಬ ತಮ್ಮ ಗ್ರಂಥದಲ್ಲಿ ನಾಟ್ಯಶಾಸ್ತ್ರದಂತಹ ನಾಟ್ಯವಿದ್ಯೆಯ ಸರ್ವಮಾನ್ಯ ಗ್ರಂಥವು ಲುಪ್ತವಾದುದರ ಬಗ್ಗೆ ತೀವ್ರ ವಿಷಾದ ವ್ಯಕ್ತಪಡಿಸಿದ್ದರು. ೧೮೬೫ರಲ್ಲಿ ಫ್ರಿಟ್ಜ್ ಎಡ್ವರ್ಡ್ ಹಾಲ್ ಎಂಬ ಅಮೆರಿಕೆಯ ಪ್ರಾಚ್ಯ ವಿದ್ವಾಂಸರು ನಾಟ್ಯಶಾಸ್ತ್ರದ ಜೀರ್ಣವಾಗಿರುವ ಮತ್ತು ಲುಪ್ತ ಹಸ್ತಪ್ರತಿಯನ್ನು ಸಂಪಾದಿಸಿ ಅದರ ಮೇಲೆ ಕೆಲಸ ಮಾಡ ತೊಡಗಿದರು. ಹಾಲ್ ಅವರು ತಮ್ಮ ದಶರೂಪಕದ ಆವೃತ್ತಿಯ ಸಂಗಡ ನಾಟ್ಯಶಾಸ್ತ್ರದ ಕೆಲವು ಅಧ್ಯಾಯಗಳನ್ನು ಪ್ರಕಟಿಸಿದರು. ಇದಾದ ಬಳಿಕ ಫ್ರಾನ್ಸಿನ ಪಂಡಿತ ಪಾಲ್‌ರೆನೋ ನಾಟ್ಯಶಾಸ್ತ್ರದ ಸಾವಿರದನೆಯ ಅಧ್ಯಾಯವನ್ನು ಮತ್ತು ಅವರ ಶಿಷ್ಯ ಜಾನ್ ಗ್ರೊನೋ ಅವರು ಹದಿನೆಂಟನೆಯ ಅಧ್ಯಾಯವನ್ನು ಬೆಳಕಿಗೆ ತಂದರು. ನಾಟ್ಯಶಾಸ್ತ್ರದ ಸಂಪೂರ್ಣ ಪ್ರಕಾಶನ ೧೮೯೪ರಲ್ಲಿ ಕಾವ್ಯಮಾಲಾ ಸಿರೀಸ್ ಇದರ ಅಂತರ್ಗತವಾಗಿ ಭಾರತದಲ್ಲಾಯಿತು. ಕಾವ್ಯಮಾಲಾ ಸಂಸ್ಕರಣ ಹಾಗೂ ೧೯೨೯ರಲ್ಲಿ ಕಾಶಿಯಲ್ಲಿ ಪ್ರಕಟವಾದ ಸಂಸ್ಕರಣ – ಎರಡರಲ್ಲಿಯೂ ಎರಡೆರಡು ಹಸ್ತಪ್ರತಿಗಳ ಆಧಾರವನ್ನು ಪಡೆಯಲಾಗಿತ್ತು. ಆದರೆ ಭಾರತದ ತುಂಬ ದೊರಕಿದ ಸುಮಾರು ನಲವತ್ತು ಹಸ್ತಪ್ರತಿಗಳ ಆಧಾರದ ಮೇಲೆ ನಾಟ್ಯಶಾಸ್ತ್ರದ ಪ್ರಾಮಾಣಿಕ ಆವೃತ್ತಿಯು ಅಭಿನವಗುಪ್ತರ, **ಅಭಿನವ ಭಾರತೀ** ಟೀಕೆಯೊಂದಿಗೆ ನಾಲ್ಕು ಭಾಗಗಳಲ್ಲಿ ೧೯೨೬ರಿಂದ ೧೯೬೪ರನಡುವೆ ಬಡೋದಾದಿಂದ ಪ್ರಕಾಶಿತವಾಯಿತು.

ಅಭಿನವಭಾರತಿಯೊಂದಿಗೆ ಇಡೀ ನಾಟ್ಯಶಾಸ್ತ್ರದ ಪ್ರಕಾಶನದಿಂದಾಗಿ ಅದರ ಅಧ್ಯಯನದಲ್ಲಿ ಒಂದು ವಿಶೇಷ ಕ್ರಿಯಾಶೀಲತೆಯೂ ಬಂತು. ಅದರ ಪ್ರಯೋಗಧರ್ಮಿತೆ ಮತ್ತು ರಂಗಸಾಧ್ಯತೆ ಪ್ರಕಾರಗಳ ಅಧ್ಯಯನದ ಪ್ರವೃತ್ತಿಯು ಬಂತು. ರಂಗಭೂಮಿಯ ಜೀವಂತ ಪರಂಪರೆಯ ಸಂದರ್ಭದಲ್ಲಿ ನಾಟ್ಯಶಾಸ್ತ್ರದ

ಪರೀಕ್ಷೆ ಮಾಡತೊಡಗಿದರು. ಈ ನೆಲೆಯಲ್ಲಿ ಸ್ವಾಭಾವಿಕವಾಗಿ ಜಗತ್ತಿನ ಮಹಾನ್ ರಂಗಕರ್ಮಿಗಳ ಮತ್ತು ನಾಟ್ಯಮರ್ಮಜ್ಞರ ಗಮನವು ಪ್ರಯೋಗದ ದೃಷ್ಟಿಯಿಂದ ಸಂಸ್ಕೃತ ನಾಟಕ ಹಾಗೂ ನಾಟ್ಯಶಾಸ್ತ್ರಗಳತ್ತ ಆಕರ್ಷಿತವಾಯಿತು. ನಾಟ್ಯಶಾಸ್ತ್ರಸಮ್ಮತ ನಾಟ್ಯಗೃಹ ಅಥವಾ ರಂಗವೇದಿಕೆಯನ್ನು ನಿರ್ಮಾಣ ಮಾಡಿ ಅದರ ಮೇಲೆ ಸಂಸ್ಕೃತ ನಾಟಕ ಇಲ್ಲವೇ ಆಧುನಿಕ ನಾಟಕವನ್ನಾಡುವ ಪ್ರಯತ್ನವನ್ನು ಹಿಂದಿನ ಕೆಲವು ದಶಕಗಳಿಂದ ರಂಗಕರ್ಮಿಗಳು ಮಾಡುತ್ತ ಬರುತ್ತಿರುವರು. ಭರತನು ವರ್ಣಿಸಿದ ಅಭಿನಯದ, ವಿಶೇಷವಾಗಿ ಆಂಗಿಕ ಅಭಿನಯದ ಪದ್ಧತಿಗಳ ಉಪಯೋಗವನ್ನು ಸಹ ಇಂತಹ ಕೆಲವು ಪ್ರಸ್ತುತಿಗಳಲ್ಲಿ ಮಾಡುವುದು ಆರಂಭವಾಯಿತು. ಈ ದೃಷ್ಟಿಯಿಂದ ವಿಜಯಾ ಮೆಹತಾ ಅವರ **ಅಭಿಜ್ಞಾನಶಾಕುಂತಲ** ಮತ್ತು **ಮೃಚ್ಛಕಟಿಕ** (ಹಿಂದಿ ಮತ್ತು ಮರಾಠಿ ಅನುವಾದ) ಗೋವರ್ಧನ ಪಾಂಚಾಲರ **ದೂತವಾಕ್ಯ** (ಮೂಲ ಸಂಸ್ಕೃತ) ಮತ್ತು ಕಮಲೇಶದತ್ತ ತ್ರಿಪಾಠಿಯವರ **ವಿಕ್ರಮೋರ್ವಶೀಯಮ್** (ನಾಲ್ಕನೆಯ ಅಂಕ, ಮೂಲ ಸಂಸ್ಕೃತ) ಇವುಗಳ ಪ್ರಸ್ತುತಿಗಳು ಉಲ್ಲೇಖನೀಯ. ಆಧುನಿಕ ನಾಟಕಗಳ ಪ್ರಯೋಗದಲ್ಲಿ ಕೂಡಾ, ಗಿರೀಶ ರಸ್ತೋಗಿಯವರು **ಬಾಣಭಟ್ಟನ ಆತ್ಮಕಥಾ** ಕಾದಂಬರಿಯ ನಾಟ್ಯರೂಪಾಂತರದ ಪ್ರಸ್ತುತಿಯಲ್ಲಿ ನಾಟ್ಯಶಾಸ್ತ್ರ ಸಮ್ಮತ ರಂಗಸ್ಥಳವನ್ನು ನಿರ್ಮಿಸುವ ಪ್ರಯತ್ನ ಮಾಡಿದರು.

ಸಂಸ್ಕೃತ ನಾಟಕವು ನಾಟ್ಯಶಾಸ್ತ್ರದೊಂದಿಗೆ ಆಯುತಸಿದ್ಧವೆಂಬಂತೆ ಕೂಡಿಕೊಂಡಿದೆ. ನಾಟ್ಯಶಾಸ್ತ್ರವುಂಟೋ ಸಂಸ್ಕೃತ ನಾಟಕವುಂಟು, ಸಂಸ್ಕೃತ ನಾಟಕವುಂಟೋ ನಾಟ್ಯಶಾಸ್ತ್ರವುಂಟು. ಆದುದರಿಂದ ಇಂದು ಸಂಸ್ಕೃತ ನಾಟಕವನ್ನು ಯಾರೇ ಆಡುತ್ತಿದ್ದರೂ ಅವರು ನಾಟ್ಯಶಾಸ್ತ್ರವನ್ನು ಅಲಕ್ಷಿಸಲಾಗುವುದಿಲ್ಲ. ಕ್ರಿ.ಶ ೧೭೭೫ರಲ್ಲಿ ಕಲಕತ್ತೆಯಲ್ಲಿ **ಕಲಕತ್ತಾ ಥಿಯೇಟರ್** ಆರಂಭವಾಯಿತು. ಅಲ್ಲಿ ಇಂಗ್ಲಿಷಿನ ನಾಟಕಗಳನ್ನು ಯುರೋಪಿನ ವಾಸ್ತವವಾದೀ ಶೈಲಿಯಲ್ಲಿ ಆಡಲಾರಂಭಿಸಿದರು. ಆಮೇಲೆ ಅದರೊಂದಿಗೆ ವ್ಯವಸಾಯೀ ಪಾರಸೀ ರಂಗಭೂಮಿಯ ಆಗಮನವಾಯಿತೆಂಬುದು ಎರಡನೆಯ ಮಾತು. ಅಲ್ಲಿಗೆ ಒಂದು ಏರಾಟ ಶುರುವಾಯಿತು. ಅದರಲ್ಲಿ ನಮ್ಮ ದೇಶದ ನಾಟ್ಯಕರ್ಮವು ಯುರೋಪೀಯ ರಂಗಭೂಮಿ ಮತ್ತು ಅದರ ವಾಸ್ತವವಾದೀ ಚೌಕಟ್ಟಿನಲ್ಲಿ ಬಂಧಿಯಾಯಿತು; ಇಲ್ಲವೇ ಇದೇ ಚೌಕಟ್ಟಿನೊಂದಿಗೆ ಭಾರತೀಯ ಜಾನಪದ ನಾಟ್ಯಗಳ ಕಲಬೆರಕೆಯಿಂದ ಹುಟ್ಟಿದ ಪಾರಸೀ ರಂಗಭೂಮಿಯ ಪಾಸಂಗವಾಗಿ ನಡೆಯುತ್ತಿತ್ತು. ಆದರೆ ಐವತ್ತರವತ್ತು ವರ್ಷಗಳಲ್ಲಿ ಈ ವಿಸಂಗತ ಸ್ಥಿತಿಯು ಕೊನೆ ಮುಟ್ಟಿತು. ಒಂದು ನಾಟಕದ ಸಾವಿರ-ಸಾವಿರ ಪ್ರಯೋಗಗಳನ್ನು ಮಾಡಿ

ಲಕ್ಷ-ಲಕ್ಷ ಜನರ ಚಿತ್ತರಂಜನೆ ಮಾಡಿದ ಪಾರಸೀ ರಂಗಭೂಮಿಯು ಜಳ್ಳಾಯಿತು; ತತ್ತರಿಸಿತು ಮತ್ತು ಅಸ್ತವ್ಯಸ್ತವಾಗಿ ಹೋಯಿತು. ಆಗ ಭರತಮುನಿಯ ಅಥವಾ ಭಾರತೀಯ ನಾಟ್ಯಶಾಸ್ತ್ರದ ಪರಂಪರೆಯತ್ತ ಇನ್ನೂ ಹೆಚ್ಚಿನ ಆಸೆ, ಶ್ರದ್ಧೆ ಮತ್ತು ವಿಶ್ವಾಸಗಳೊಂದಿಗೆ ನೋಡುವುದು ಶುರುವಾಯಿತು.

ಕ್ರಿ. ಶ. ೧೮೭೫ರಲ್ಲಿ ದೇಶದ ಅತಿದೊಡ್ಡ ವ್ಯವಸಾಯೀ ರಂಗ ಮಂಡಳಿಗಳಲ್ಲೊಂದಾದ ವಿಕ್ಟೋರಿಯಾ ನಾಟಕ ಕಂಪೆನಿಯವರು ಕಾಶಿಯಲ್ಲಿ ಶಾಕುಂತಲವನ್ನು ಆಡತ್ತಿದ್ದರು. ಅದರಲ್ಲಿ ದುಷ್ಯಂತನು ಮಂಗಳಮುಖಿಯರ ಹಾಗೆ ಸೊಂಟವನ್ನು ಕುಣಿಸುತ್ತ - ಪತಲೀ ಕಮರ ಬಲಕಾಯೆ - ಎಂಬ ಗೀತೆಯನ್ನು ಹಾಡತೊಡಗಿದಾಗ, ಪ್ರೇಕ್ಷಕರ ಸಮೂಹದಿಂದ ಭಾರತೇಂದು ಅವರು 'ಇನ್ನು ಸಹಿಸಲಾಗದು, ಈ ಮಂದಿ ಕಾಲಿದಾಸನ ಕುತ್ತಿಗೆಗೆ ಚೂರಿ ಹಾಕುತ್ತಿದ್ದಾರೆ' ಎಂದು ಹೇಳುತ್ತ ತಮ್ಮ ಕೆಲವು ಸಾಹಿತ್ಯಪ್ರೇಮಿಗಳೊಂದಿಗೆ ಎದ್ದು ಹೋದರು.

ಅಂದಿನಿಂದ ಭಾರತೀಯ ನಾಟ್ಯದ ಹುಡುಕಾಟದ ಹೊಸದೊಂದು ಅಧ್ಯಾಯವು ಆರಂಭವಾಯಿತು. ರಂಗದಲ್ಲಿ ಮತ್ತು ಕಲೆಯಲ್ಲಿ ಬಂದಿರುವ ವಿಕೃತಿ ಮತ್ತು ವಿಸಂಗತಿಗಳನ್ನು ತೊಡೆಯುವುದರಲ್ಲಿ ನಾಟ್ಯಶಾಸ್ತ್ರದ್ದು ಮತ್ತು ಸಂಸ್ಕೃತ ನಾಟಕದ್ದು ಮುಖ್ಯಭೂಮಿಕೆಯಾಯಿತು. ಕಲಾತ್ಮಕವಾಗಿ ಭಾರತೀಯ ಪರಂಪರೆ ಮತ್ತು ಭಾರತೀಯ ರಂಗಭೂಮಿಯ ಲಕ್ಷಣವನ್ನು ಶೋಧಿಸುವ ಸಲುವಾಗಿ ನಾಟ್ಯಶಾಸ್ತ್ರ ಮತ್ತು ಸಂಸ್ಕೃತ ನಾಟಕವನ್ನು ಅರ್ಥೈಸುವ ಕ್ರಮವು ಆರಂಭವಾಯಿತು. ನಾವು ಭರತೇಂದು, ರವೀಂದ್ರನಾಥ ಟಾಗೋರ ಮತ್ತು ಜಯಶಂಕರ ಪ್ರಸಾದ್ - ಈ ಮೂವರು ಮಹಾನ್ ನಾಟಕಕಾರರು, ನಾಟಕ ಮತ್ತು ರಂಗಭೂಮಿಯ ಮೇಲೆ ಬರೆದಿರುವ ನಿಬಂಧಗಳನ್ನು ಓದಿದರೆ, ತಿಳಿದೋ ತಿಳಿಯದೆಯೋ ಅವರು ಭರತಮುನಿಯ ಅವಧಾರಣೆಗಳಿಗೆ ಎಷ್ಟು ಸಮೀಪ ಬಂದಿರುವರೆನಿಸುತ್ತದೆ.

ಪರಿಣಾಮವಾಗಿ ಕಲೆಯ ಕ್ಷೇತ್ರದಲ್ಲಿ, ಜಗತ್ತಿನಲ್ಲಿ ಇಪ್ಪತ್ತನೆಯ ಶತಮಾನವು ನಾಟ್ಯಶಾಸ್ತ್ರದ ಶತಮಾನವಾಯಿತು. ವಿದ್ವಾಂಸರು ಮತ್ತು ರಂಗಕರ್ಮಿಗಳ ಸಂವಾದದ ಉಪಕ್ರಮ ಕೂಡ ಶುರುವಾಯಿತು. ಈ ಸಂವಾದದ ಕ್ರಮದಲ್ಲಿ **ಸಂಸ್ಕೃತ ರಂಗಭೂಮಿ** - ಈ ಸಂಜ್ಞೆಯು ಹೊಸದಾದ ಮತ್ತು ವ್ಯಾಪಕವಾದ ಅರ್ಥವಂತಿಕೆಯನ್ನು ಪಡೆದುಕೊಂಡಿತು. ನಾಟ್ಯಶಾಸ್ತ್ರದ ಸಂಬಂಧವನ್ನು ಮುರಿದು ಯುರೋಪೀಯ ರಂಗಭೂಮಿಯ ಅನುಕರಣೆಯಲ್ಲಿ ಸಂಸ್ಕೃತ ನಾಟಕವನ್ನು

ಮಾಡಿದರೆ ಭಾಷೆ ಸಂಸ್ಕೃತವಾಗಿದ್ದರೂ ಅದು ಸಂಸ್ಕೃತ ರಂಗಭೂಮಿಕೆ ಆಗಲಾರದು; ನಾಟ್ಯಶಾಸ್ತ್ರದ ಮರ್ಮವನ್ನು ಹಿಡಿದು ತದನುಸಾರ ಬೇರೆ-ಭಾಷೆಯ ನಾಟಕವನ್ನು ಆಡುವದಾದರೆ ಅದನ್ನೂ ಸಂಸ್ಕೃತ ರಂಗಭೂಮಿ ಎಂದು ಕರೆಯಬಹುದು ಎಂಬುದನ್ನು ಅಂಗೀಕರಿಸಲಾಯಿತು.

ಇದೇ ಶತಮಾನದ ಎಂಟನೆಯ ದಶಕದಲ್ಲಿ ಕಾವಾಲಂ ನಾರಾಯಣ ಫಣಿಕ್ಕರರ ಪ್ರವೇಶವಾಯಿತು. ಕಾವಾಲಂ ಅವರದು ಮಲೆಯಾಳೀ ರಂಗ ಭೂಮಿಯಲ್ಲಿ ಒಂದು ದೊಡ್ಡ ಹೆಸರಾಗಿತ್ತು. ಅವರಿಗೆ ಅಕಸ್ಮಾತ್ತಾಗಿ ಸಂಸ್ಕೃತ ನಾಟಕವನ್ನು ನಿರ್ದೇಶನ ಮಾಡಲು ಹೇಳಲಾಯಿತು. ೧೯೭೭ರಲ್ಲಿ ಕಾವಾಲಂ **ಮಧ್ಯಮ ವ್ಯಾಯೋಗ**ವನ್ನು ಪ್ರಯೋಗ ಮಾಡಿದಾಗ ಜಗತ್ತಿನ ರಂಗಭೂಮಿಯು ಬದಲಾಯಿತು.

ನಾಟ್ಯಶಾಸ್ತ್ರ ಎಂಬ ಗ್ರಂಥದ ಕಡೆಗೆ ಪುನಃ ನಮ್ಮ ಗಮನ ಹರಿದಿದೆ. ಈ ಧ್ಯಾನಾಕರ್ಷಣದಲ್ಲಿ ನಾಟ್ಯಪ್ರಯೋಗಗಳ ಪಾತ್ರವೂ ಇದೆ. ಆದರೆ ಈ ಪಾತ್ರದ ಅರಿವನ್ನು ನಾಟ್ಯಶಾಸ್ತ್ರದ ಸರಿಯಾದ ಅರಿವಿನೊಂದಿಗೆ ಸೇರಿಸಬೇಕು. ಅದಕ್ಕಾಗಿ ನಾಟ್ಯಶಾಸ್ತ್ರವೆಂಬುದು ಏನು? ಇದನ್ನು ತಿಳಿಯುವುದು ಅಗತ್ಯವಿದೆ.

ಕಿಂ ನಾಮ ನಾಟ್ಯಶಾಸ್ತ್ರಮ್?

ನಾಟ್ಯಶಾಸ್ತ್ರವು ಪ್ರಾಚೀನ ಭಾರತೀಯ ಶಾಸ್ತ್ರಪರಂಪರೆಯಲ್ಲಿ ಒಂದು ಮಹತ್ವ ಪೂರ್ಣ ಗ್ರಂಥ. ಇದನ್ನು ರಚಿಸಿದವನು ಭರತಮುನಿ ಎನ್ನಲಾಗಿದೆ. ಮುಖ್ಯವಾಗಿ ಇದರ ರಚನೆಯನ್ನು, ನಾಟ್ಯಾಭಿನಯವನ್ನು ಮಾಡುವ ನಟರ ಹಾಗೂ ನಾಟ್ಯ ರಚನೆಯನ್ನು ಮಾಡುವ ಕವಿಗಳ ಶಿಕ್ಷಣಕ್ಕೋಸುಗ ಮಾಡಲಾಯಿತು. ನಾಟಕದಲ್ಲಿ ಅಥವಾ ರಂಗದಲ್ಲಿ ಸಂಗೀತ, ನೃತ್ಯ, ಚಿತ್ರ, ವಾಸ್ತು ಮುಂತಾದ ವಿವಿಧ ಕಲೆಗಳು ಮತ್ತು ಅನೇಕ ಪ್ರಕಾರದ ಶಿಲ್ಪಗಳ ವಿನಿಯೋಗವೂ ಆಗುತ್ತದೆ. ಆದುದರಿಂದ ಈ ಕಲೆಗಳ ಅಥವಾ ಶಿಲ್ಪಗಳ ವಿಷಯವಾಗಿಯೂ ನಾಟ್ಯಶಾಸ್ತ್ರದಲ್ಲಿ ಶಿಕ್ಷಣವನ್ನು ನೀಡಲಾಗಿದೆ. ಇದರೊಂದಿಗೆ ಸೌಂದರ್ಯ ಶಾಸ್ತ್ರ, ಕಾವ್ಯ ಮತ್ತು ವ್ಯಾಕರಣ - ಈ ವಿಷಯಗಳೂ ನಾಟ್ಯಶಾಸ್ತ್ರದೊಂದಿಗೆ ಅನುಷಕ್ತವಾಗಿವೆ. ಆದುದರಿಂದ ಭರತಕೃತ ನಾಟ್ಯಶಾಸ್ತ್ರದಲ್ಲಿ ಇವುಗಳ ಮೇಲೆ ಪ್ರಾಸಂಗಿಕ ಚರ್ಚೆಯಿದೆ. ಜಗತ್ತಿನಲ್ಲಿ ನಾಟ್ಯದ ಅಂಗವಾಗಿರದ ಯಾವುದೇ ಕಲೆಯಾಗಲಿ, ಜ್ಞಾನವಾಗಲಿ, ಶಿಲ್ಪವಾಗಲಿ, ವಿದ್ಯೆಯಾಗಲಿ, ಯೋಗವಾಗಲಿ, ಕರ್ಮವಾಗಲಿ ಇಲ್ಲ. ಇದು ಭರತಮುನಿಯ ವಿಚಾರವಾಗಿದೆ.

ನ ತಜ್ಞಾನಂ ನ ತಚ್ಛಿಲ್ಪಂ ನ ಸಾ ವಿದ್ಯಾ ನ ಸಾ ಕಲಾ।
ನಾಸೌ ಯೋಗೋ ನ ತತ್ ಕರ್ಮ ನಾಟ್ಯೇಸ್ಮಿನ್ ಯನ್ನದೃಶ್ಯತೇ॥

(ನಾ. ಶಾ. ೧.೧೧೬)

ಆದುದರಿಂದ ಭರತಮುನಿಯು ನಾಟ್ಯದ ಅನಂತತೆಯನ್ನು ವಿವರಿಸುತ್ತ 'ನಾಟ್ಯದ ಅಂತ್ಯವನ್ನು ಪಡೆಯಲಾಗುವದಿಲ್ಲ. ಯಾಕೆಂದರೆ ಇದರಲ್ಲಿ ಅನಂತ ಭಾವಗಳು ಮತ್ತು ಶಿಲ್ಪಗಳು ಸಮಾಹಿತವಾಗಿರುತ್ತವೆ' ಎಂದು ಹೇಳಿರುವನು. ಒಂದೊಂದು ಶಾಸ್ತ್ರವು ಜ್ಞಾನದ ಒಂದೊಂದು ಅಗಾಧ ಸಮುದ್ರವಾಗಿದೆ. ನಾಟ್ಯದಲ್ಲಾದರೋ ಇಂತಹ ಅಸಂಖ್ಯ ಜ್ಞಾನಸಾಗರಗಳು ಸೇರಿರುತ್ತವೆ–

ನ ಶಕ್ಯಮಸ್ಯ ನಾಟ್ಯಸ್ಯ ಗಂತುಮಂತಂ ಕಥಂಚನ।
ಕಸ್ಮಾದ್ ಬಹುತ್ವಾದ್ ಭಾವಾನಾಂ ಶಿಲ್ಪಾನಾಂ ವಾಪ್ಯನಂತತಃ।
ಏಕಸ್ಯಾಪಿ ನ ವೈ ಶಕ್ಯಮಂತಂ ಜ್ಞಾನಾರ್ಣವಸ್ಯ ಹಿ।
ಗಂತುಂ ಕಿಂ ಪುನರನ್ಯೇಷಾಂ ಜ್ಞಾನಾನಾಮಥ ತತ್ವತಃ॥

(ನಾ. ಶಾ. ೬.೬–೭)

ಈ ವಿವಿಧ ಗಹನವಾದ ಜ್ಞಾನ ಸಾಗರಗಳ ಸಂಗಮವನ್ನು ಮಾಡಿಸುತ್ತ ಭರತಮುನಿಯು **ನಾಟ್ಯಶಾಸ್ತ್ರ** ಹೆಸರಿನ ಶಾಸ್ತ್ರವನ್ನು ರಚನೆ ಮಾಡಿದ. ಜ್ಞಾನಾರ್ಣವಗಳ ಈ ಸಮಾಗಮದ ಕಾರಣ ನಾಟ್ಯಶಾಸ್ತ್ರವನ್ನು ಮಹಾಭಾರತ-ದಂತೆಯೇ 'ಸಂಹಿತೆ' ಎಂದು ಕರೆಯಲಾಗಿದೆ. ವ್ಯಾಸರು ಭಾರತೀಯ ಸಂಸ್ಕೃತಿಯ ವಿವಿಧ ಪ್ರಸ್ಥಾನಗಳ ಸಂಗ್ರಹಣೆ ಮತ್ತು ಸಂವರ್ಧನೆಗಾಗಿ ಮಾಡಿರುವ ಕಾರ್ಯದ ಹಾಗೆಯೇ, ಭರತಮುನಿಯು ಕಲೆಯ ನ್ಯಾಸಗಳ ಮತ್ತು ಪರಂಪರೆಗಳ ಸಂರಕ್ಷಣೆ ಮತ್ತು ಸಂವರ್ಧನೆಗಳಲ್ಲಿ ಕಾರ್ಯಮಾಡಿದ. ಆದುದರಿಂದ ಮಹಾಭಾರತದ ವಿಷಯದಲ್ಲಿ ಯಾವ ಪ್ರಕಾರ–

ಧರ್ಮೇಚಾರ್ಥೇಚ ಕಾಮೇ ಚ ಮೋಕ್ಷೇ ಚ ಭರತರ್ಷಭ।
ಯದಿಹಾಸ್ತಿ ತದನ್ಯತ್ರ ಯನ್ನೇಹಾಸ್ತಿ ನ ತತ್ ಕ್ವಚಿತ್॥

ಎಂದು ಹೇಳಲಾಗಿರುವದೋ ಅದೇ ಪ್ರಕಾರ ನಾಟ್ಯಶಾಸ್ತ್ರದ ವಿಷಯದಲ್ಲಿಯೂ ಕೂಡಾ–

ನಾಟ್ಯೇ ಗೀತೇ ಚ ಕಾವ್ಯೇ ಚ ಯದ್ವಾ ಶಿಲ್ಪ ಕಲಾ ಸು ಚ।
ಯದಿಹಾಸ್ತಿ ತದನ್ಯತ್ರ ಯನ್ನೇಹಾಸ್ತಿ ನ ತತ್ ಕ್ವಚಿತ್॥

ಎಂದು ಹೇಳಬಹುದು.

ನಾಟ್ಯಶಾಸ್ತ್ರವು ಸಮಗ್ರ ಭಾರತೀಯ ಕಲಾಪರಂಪರೆಯ ಆಕರ ಗ್ರಂಥವಾಗಿದೆ. ಶಾಸ್ತ್ರವಾಗಿ ಇದಕ್ಕೆ ತನ್ನದೇ ಆದ ಪ್ರಮಾಣಮೀಮಾಂಸೆಯಿದೆ. ನಾಟ್ಯವೇದದ ವಿವೃತಿ ಮತ್ತು ಇತರ ಶಾಸ್ತ್ರಗಳೊಂದಿಗೆ ಇದರ ಪಾರಸ್ಪರಿಕತೆ ಇರುವುದರಿಂದಲೂ ಇದರ ಪ್ರಾಮಾಣಿಕತೆಯು ಸಿದ್ಧವಾಗುತ್ತದೆ. ಮಹಾಭಾರತವು ಯಾವ ರೀತಿ ಭಾರತೀಯ ಸಾಹಿತ್ಯ ಮತ್ತು ಸಂಸ್ಕೃತಿಗಳಲ್ಲಿ ಉಪಜೀವ್ಯವಾಗಿದೆಯೋ ಅದೇ ರೀತಿ ನಾಟ್ಯಶಾಸ್ತ್ರವೂ ಕಾವ್ಯ, ನಾಟ್ಯ, ಕಲೆ ಮತ್ತು ಸೌಂದರ್ಯಶಾಸ್ತ್ರಗಳ ಸರ್ವವಿಧ ಪರಂಪರೆಗಳ ಉಪಜೀವ್ಯವಾಗಿದೆ. ಭಾರತೀಯ ಕವಿ-ನಟ-ಕಾವ್ಯ-ಕಲಾ ಪರಂಪರೆಯಲ್ಲಿ ನಾಟ್ಯಶಾಸ್ತ್ರವು 'ಪಂಚಮವೇದ ಸಂಹಿತೆ'ಯಾಗಿದೆ. ನಾಟ್ಯವೂ ಪಂಚಮ ವೇದವಾಗಿದೆ.

ಅಧಿಕಾರಿ ವಿಷಯ ಪ್ರಯೋಜನ, ಸಂಬಂಧ ನಿರೂಪಣ:

ನಾಟ್ಯಶಾಸ್ತ್ರದ ಅನುಬಂಧ ಚತುಷ್ಟಯದ ನಿರೂಪಣೆಯ ಉಪಕ್ರಮವನ್ನು ನಾನು ಬೇರೆಡೆಯಲ್ಲಿ ಬರೆದಿರುವ ಪ್ರತಿಜ್ಞಾವಾಕ್ಯದೊಂದಿಗೆ ಹೀಗೆ ಮಾಡಲಾಗಿದೆ.

> **ಅಸ್ತಿ ನಾಟ್ಯಶಾಸ್ತ್ರಸ್ಯ ಭಾರತೀಯ ಕಲಾಪರಂಪರಾಯಾಮಸಾಧಾರಣಂ ಗೌರವಮ್, ತಸ್ಯ ಮಹಾವಾಕ್ಯತ್ವಾತ್, ಆಕರಗ್ರಂಥತ್ವಾತ್, ಸರ್ವಾಂಗೀಣ ತ್ವಾತ್, ಪ್ರಮಾಣಾಧಿಷ್ಠಿತತ್ವಾಚ್ಚ। ಅಧಿಕಾರೀ ಚಾತ್ರ ವಿಮಲ ಪ್ರತಿಭಾನಶಾಲೀ, ಸಹೃದಯಃ ಪ್ರೇಕ್ಷಕಃ, ನಾಟ್ಯಂ ನಾಟ್ಯವೇದೋ ವಾ ಅಸ್ಯ ವಿಷಯಃ। ಸಂಬಂಧಶ್ಚಾತ್ರ ಪ್ರಾಯಶ್ಚತುರ್ವಿಧಃ ವಿಷಯ-ಗ್ರಂಥಯೋಃ ಪ್ರತಿಪಾದ್ಯ-ಪ್ರತಿಪಾದಕ ಭಾವಃ ಇತ್ಯೇಕಃ ಸಂಬಂಧಃ, ಗ್ರಂಥ ವಿಷಯಸ್ಯ ನಾಟ್ಯವೇದಸ್ಯ ಕರ್ತೃ - ಪ್ರಯೋಕ್ತೃ - ಭೋಕ್ತೃಭಿಶ್ಚ । ಕರ್ತಾ ಚಾತ್ರ ನಾಟ್ಯಕಾರಃ ಕವಿರ್ವಾ । ಪ್ರಯೋಕ್ತಾ ಸೂತ್ರಧಾರೋ ನಟೋ ವಾ । ಭೋಕ್ತಾ ಚ ವಿಮಲ ಪ್ರತಿಭಾನಶಾಲೀ ಸಹೃದಯಃ ಪ್ರೇಕ್ಷಕಃ। ತತ್ರಾಪಿ ನಾಟಕಕಾರ - ನಾಟ್ಯಪ್ರಯೋಕ್ತೃ - ಪ್ರೇಕ್ಷಕಾಣಾಂ ಪರಸ್ಪರ ಸಂಬಂಧಾದ್ ಭವಂತಿ ಸಂಬಂಧಸ್ಯ ಅವಾಂತರಾ ಭೇದಾಃ। ಪ್ರಯೋಜನಂ ಚಾಸ್ಯ ನಾಟ್ಯಶಾಸ್ತ್ರ ಗ್ರಂಥಸ್ಯ ಪುರುಷಾರ್ಥಸಿದ್ಧಿಃ।**[೧]

ನಾಟ್ಯಶಾಸ್ತ್ರದ ಪ್ರಯೋಜನದ ವಿಚಾರವನ್ನು ಅದರ ಅಧಿಕಾರಿಯ ದೃಷ್ಟಿಯಿಂದ ಮಾಡಲಾಗುತ್ತದೆ. ಭರತಮುನಿಯ ಈ ಗ್ರಂಥವು ಒಂದು ಶಾಸ್ತ್ರವಾಗಿದೆ; ಶಾಸ್ತ್ರವು ಉಪದೇಶಪರವಾಗಿರುತ್ತದೆ. ಉಪದೇಶವನ್ನು ಯಾರ ಸಲುವಾಗಿ ಮಾಡಲಾಗುತ್ತದೆ?- ಇದನ್ನು ವಿಚಾರ ಮಾಡಿಯೇ ಪ್ರತಿಯೊಂದು ಶಾಸ್ತ್ರವೂ ಪ್ರವೃತ್ತವಾಗುತ್ತದೆ.

ನಾಟ್ಯಶಾಸ್ತ್ರದ ರಚನೆಯ ಪ್ರಯೋಜನೀಯತೆಯ ಅಥವಾ ಅಧಿಕಾರಿಯ ಸಂಕೇತವನ್ನು ಭರತಮುನಿಯು ಮೊದಲನೆಯ ಅಧ್ಯಾಯದ ಪ್ರಥಮ ಕಾರಿಕೆಯಲ್ಲಿಯೇ ನೀಡಿದ್ದಾನೆ. ಈ ಕಾರಿಕೆಯ ಉತ್ತರಾರ್ಧದಲ್ಲಿ– **ನಾಟ್ಯಶಾಸ್ತ್ರಂ ಪ್ರವಕ್ಷ್ಯಾಮಿ ಬ್ರಹ್ಮಣಾ ಯದುದಾಹೃತಮ್**– ಎಂದಿರುವುದರ ಅರ್ಥವು ಅಭಿನವಗುಪ್ತರ ಪ್ರಕಾರ ಇದು–

ನಾಟ್ಯಸ್ಯ ನಟವೃತ್ತಸ್ಯ ಶಾಸ್ತ್ರಂ ಶಾಸನೋಪಾಯಂ ಗ್ರಂಥಂ ಪ್ರವಕ್ಷ್ಯಾಮೀತಿ।[೨]

ನಾಟ್ಯವೆಂದರೆ ನಟರ ವೃತ್ತ ಅಥವಾ ಆಚರಣೆ (ಕರ್ತವ್ಯ) ಎಂದರ್ಥ. ಶಾಸ್ತ್ರವು ಅವರನ್ನು ಅನುಶಾಸಿತಗೊಳಿಸುವ ಮಾಧ್ಯಮ. ನಟರು ಸ್ವಧರ್ಮವೆಂದು ತಿಳಿದು ನಾಟ್ಯವೇದದ ಅನುಶಾಸನವನ್ನು ಸ್ವತಃ ಮಾಡುತ್ತಾರೆ. ನಾಟ್ಯಶಾಸ್ತ್ರವು ಅವರಿಗೆ ಹೇಗೆ ಉಪದೇಶಿಸಬಲ್ಲದು? ಏನನ್ನು ಉಪದೇಶವಾಗಿ ಕೊಡಬಲ್ಲದು? ಎಂದು ಅಭಿನವರು ಇಲ್ಲಿ ಈ ಪ್ರಶ್ನೆಯನ್ನೆತ್ತುತ್ತಾರೆ. ಈ ದೃಷ್ಟಿಯಿಂದ ನಾಟ್ಯಶಾಸ್ತ್ರವು ಅವರಿಗೆ ನೀಡಲೆಂದು ಅಥವಾ ಕಲಿಸಲೆಂದು ರಚಿತವಾಗಿಲ್ಲ. ಆದರೆ ಭರತಮುನಿಯ ಶಾಸ್ತ್ರ ಮತ್ತು ಅವನ ಶಿಷ್ಯ ಪರಂಪರೆಯನ್ನು ಅನುವರ್ತನೆ ಮಾಡುವ ಮಹಾನ್ ನಟರ ಆಚರಣೆ ಅಥವಾ ಅವರ ಪ್ರವೃತ್ತಿಗಳ ವಿವರಣೆಯನ್ನು ಈ ಶಾಸ್ತ್ರವು ನೀಡುತ್ತದೆ. ಇದು ಉಪದೇಶಪರ ಎನ್ನಬಹುದಾಗಿದೆ. ಇದನ್ನು– 'ಭರತಸಿದ್ಧ ಸದುಪಾಯೋಪದೇಶಪರ ಶಾಸ್ತ್ರ' ಎಂದು ಕರೆಯಬಹುದು.

ನಾಟ್ಯದ ಉಪಾದೇಯತೆ ಮತ್ತು ಮಹತ್ವಗಳ ವರ್ಣನೆಯನ್ನು ಬ್ರಹ್ಮದೇವನು ನಿಮ್ನಲಿಖಿತ ಸಂಕಲ್ಪದಲ್ಲಿ ಮಾಡಿರುವನು. ಇದನ್ನು ಅವನು ನಾಟ್ಯವೇದದ ರಚನೆ ಮಾಡುವಾಗಲೇ ಮಾಡಿದ್ದನು. 'ನಾನು ನಾಟ್ಯವೆಂಬ ಪಂಚಮವೇದವನ್ನು ಇತಿಹಾಸಸಹಿತ ರಚನೆ ಮಾಡುತ್ತೇನೆ. ಇದು ಧರ್ಮ ಮತ್ತು ಅರ್ಥಗಳ ಪ್ರಾಪ್ತಿಯನ್ನುಂಟುಮಾಡಿಸುವಂತಹದ್ದು (ಧರ್ಮ ಮತ್ತು ಅರ್ಥಗಳ ಉಪಪಾದಕ ಅಥವಾ ಅನುಕೂಲ) ಮತ್ತು ಯಶಃಪ್ರದಾತ ಉಪದೇಶ ಮತ್ತು ಸಂಗ್ರಹಗಳಿಂದ ಭವಿಷ್ಯದ ಜಗತ್ತಿಗೆ–ಸರ್ವಕಾರ್ಯಗಳ ಪಥಪ್ರದರ್ಶಕವಾದುದು. ಸರ್ವಶಾಸ್ತ್ರಗಳ ಅರ್ಥಗಳಿಂದ ಪರಿಪೂರ್ಣವಾಗಿರುವಂತಹದು ಮತ್ತು ಸರ್ವಶಿಲ್ಪಗಳನ್ನು ಪ್ರದರ್ಶನ ಮಾಡುವಂತಹದ್ದು ಆಗಿದೆ.' (ನಾ. ಶಾ. ೧.೧೪–೧೫)

ಮುಂದೆ ನಾಟ್ಯಪ್ರಯೋಗದಲ್ಲಿ ಸಿಟ್ಟಾದ ಅಸುರರಿಗೆ ತಿಳಿಹೇಳುತ್ತ ಬ್ರಹ್ಮನು– 'ನಾಟ್ಯದಲ್ಲಿ ಮೂರು ಲೋಕಗಳ (ಸಮಸ್ತ) ಭಾವಗಳ ಪ್ರಸ್ತುತೀಕರಣವಿರುತ್ತದೆ. (ಅನುಕೀರ್ತನವಿರುತ್ತದೆ). ಕೆಲವೆಡೆ ಧರ್ಮವಿರುತ್ತದೆ; ಕೆಲವೆಡೆ ಕ್ರೀಡೆಯಿರುತ್ತದೆ; ಕೆಲವೆಡೆ ಅರ್ಥ (ರಾಜನೀತಿ, ಅರ್ಥನೀತಿ), ಕೆಲವೆಡೆ ಶ್ರಮ, ಕೆಲವೆಡೆ ಹಾಸ್ಯ, ಕೆಲವೆಡೆ ಯುದ್ಧ, ಕೆಲವೆಡೆ ಕಾಮ, ಕೆಲವೆಡೆ ವಧೆಯಿರುತ್ತದೆ.'[೩]

‘ಇದರಲ್ಲಿ ಧರ್ಮಪರಾಯಣರಿಗೆ ಧರ್ಮವಿದೆ, ಕಾಮದ ಪ್ರಯೋಜನಗಳಲ್ಲಿ ಆಸಕ್ತಿಯುಳ್ಳವರಿಗೆ ಕಾಮವಿದೆ; ದುರ್ವಿನೀತರಿಗೆ(ಉದ್ದಂಡರಿಗೆ ಅಥವಾ ಅನೀತಿಯನ್ನಾಶ್ರಯಿಸಿದವರಿಗೆ) ದಂಡದ ವ್ಯವಸ್ಥೆಯಿದೆ ಮತ್ತು ಮದಮತ್ತ ವ್ಯಕ್ತಿಗಳನ್ನು ದಮನ ಮಾಡುವ ಕ್ರಿಯೆಯಿದೆ. ನಪುಂಸಕರಲ್ಲಿ ಧೃಷ್ಟತೆಯ (ಪೌರುಷದ) ಮತ್ತು ತಾವು ವೀರರೆಂದು ತಿಳಿಯುವ ಮನುಷ್ಯರಿಗೆ ಉತ್ಸಾಹದ ಪ್ರತಿಪಾದನೆಯಿದೆ. ಇದು ಅಜ್ಞರಾದವರಿಗೆ ವಿಶೇಷ ಜ್ಞಾನವನ್ನು ನೀಡುವಂತಹದ್ದು ಮತ್ತು ವಿದ್ವಾಂಸರ ತಿಳಿವಳಿಕೆಯನ್ನು ಹೆಚ್ಚಿಸುವಂತಹದ್ದು ಆಗಿದೆ. ಐಶ್ವರ್ಯವಂತ ಪ್ರಭುಗಳಿಗೆ ವಿಲಾಸವನ್ನು, ದುಃಖಪೀಡಿತ ವ್ಯಕ್ತಿಗಳಿಗೆ ಸ್ಥೈರ್ಯವನ್ನೂ, ಅರ್ಥಾಶ್ರಿತರಿಗೆ ಅರ್ಥವನ್ನು ಮತ್ತು ವಿಕಲಚಿತ್ತ ಜನರಿಗೆ ಧೈರ್ಯವಂತಿಕೆಯನ್ನೂ ನೀಡುವಂತಹದ್ದಾಗಿದೆ’. (ನಾ. ಶಾ. ೧.೧೦೭–೧೧) ‘ಇದು ಅನೇಕ ಪ್ರಕಾರದ ಭಾವಗಳಿಂದ ಸಮನ್ವಿತವಾಗಿದ್ದು, ವಿಭಿನ್ನ ಅವಸ್ಥೆಗಳಿರುವಂತಹದ್ದು ಮತ್ತು ಲೋಕ ವ್ಯವಹಾರದ ಅನುಕರಣೆ ಮಾಡುವಂತಹದ್ದಾಗಿದೆ. ಈ ನಾಟ್ಯವು ಉತ್ತಮ, ಮಧ್ಯಮ ಮತ್ತು ಅಧಮ ಮನುಷ್ಯರ ಕರ್ಮಗಳನ್ನು ಆಧಾರವಾಗಿ ತೆಗೆದುಕೊಳ್ಳುವ ಮತ್ತು ಹಿತಕಾರಿಯಾದ ಉಪದೇಶಗಳ ಜನಕವಾಗಿರುವುದು. ಈ ನಾಟ್ಯವು ರಸಗಳ, ಭಾವಗಳ ಮತ್ತು ಇವೆಲ್ಲವುಗಳ (ರಸ–ಭಾವಾದಿಗಳ)ಕಾರ್ಯ ಹಾಗೂ ಕ್ರಿಯೆಗಳ ಮೂಲಕ ಉಪದೇಶನೀಡುವಂತಹದ್ದಾಗುವುದು. ಇದು ದುಃಖ, ದಣಿವು ಮತ್ತು ಶೋಕಗಳಿಂದ ಪೀಡಿತರಾದ ದೀನ–ದುಃಖಿಗಳಿಗೆ ವಿಶ್ರಾಂತಿಯನ್ನು ನೀಡುವಂತಹದ್ದಾಗುವುದು. ಈ ನಾಟ್ಯವು ಧರ್ಮ, ಯಶಸ್ಸು, ಮತ್ತು ಆಯುಷ್ಯ ಸಂವರ್ಧಕ, ಹಿತಕರ ಬುದ್ಧಿಯನ್ನು ವಿಕಾಸಗೊಳಿಸುವ ಮತ್ತು ಜಗತ್ತಿಗೆ ಉಪದೇಶದಾಯಕವಾಗಿದೆ. ಯಾವುದೇ ಜ್ಞಾನವಿರಬಹುದು, ಶಿಲ್ಪವಿರಬಹುದು, ವಿದ್ಯೆ, ಕಲೆ, ಯೋಗಗಳಿರಬಹುದು ಮತ್ತು ಯಾವುದೇ ಕಾರ್ಯವಿರಬಹುದು, ನಾಟ್ಯದಲ್ಲಿ ಸೇರದೇ ಇರುವುದಾವುದೂ ಇಲ್ಲ. ಸರ್ವಶಾಸ್ತ್ರಗಳು, ಸರ್ವಶಿಲ್ಪಗಳು ಅಲ್ಲದೇ ವಿಭಿನ್ನ ಪ್ರಕಾರಗಳ ಅನೇಕ ಕಾರ್ಯಗಳ ಸನ್ನಿವೇಶಗಳು ಇದರಲ್ಲಿ ಇರುತ್ತವೆ’.

‘ಈ ನಾಟ್ಯವು ವೇದಗಳ, ವಿದ್ಯೆಗಳ ಮತ್ತು ಇತಿಹಾಸದ ಪರಿಕಲ್ಪನೆ ಮಾಡುವಂತಹದ್ದಾಗಿದ್ದು, ಪ್ರಜಾಜನರ ಮನೋರಂಜನೆಯ ಕರ್ತೃವಾಗಿರುತ್ತದೆ. ಮತ್ತು ಇದೇ ನಾಟ್ಯವು ಶ್ರುತಿ, ಸ್ಮೃತಿ, ಸದಾಚಾರ ಮತ್ತು ಇನ್ನುಳಿದ ಅರ್ಥಗಳ ಕಲ್ಪನೆಯನ್ನು ಮಾಡುವಂತಹದ್ದು ಹಾಗೂ ಲೋಕರಂಜನಕಾರಿಯಾದದ್ದೂ ಆಗಿರುವದು’.

ನಾಟ್ಯಶಾಸ್ತ್ರದ ಮಹಾವಾಕ್ಯತೆ

ಪ್ರಶ್ನೆ–ಪ್ರತಿಪ್ರಶ್ನೆ–ಸಮಾಧಾನ–ಸಮನ್ವಿತಿ–ವ್ಯಾಖ್ಯಾನಗಳ ಮೂಲಕ ನಾಟ್ಯಶಾಸ್ತ್ರವು ಸರ್ವಾಂಗೀಣ ಗ್ರಂಥವಾಗಿದೆ. ಮೊದಲು ಆತ್ರೇಯಾದಿ ಮುನಿಗಳು ಭರತಮುನಿಯೊಂದಿಗೆ ಐದು ಪ್ರಶ್ನೆಗಳನ್ನು ಕೇಳಿದರು

(೧) **ನಾಟ್ಯವೇದಃ ಕಥಮುತ್ಪನ್ನಃ?**

(೨) **ಕಸ್ಯಕೃತೇಯಮುತ್ಪನ್ನಃ?**

(೩) **ನಾಟ್ಯವೇದಃ ಕತ್ಯಂಗಃ?**

(೪) **ಅಸ್ಯ ಪ್ರಮಾಣಂ ಕಿಮ್?**

(೫) **ಅಸ್ಯ ಪ್ರಯೋಗಃ ಕೀದ್ರಶೋ ಭವತಿ?**

ಇವು ಅವರು ಕೇಳಿದ ಪ್ರಶ್ನೆಗಳು. ಈ ಐದು ಪ್ರಶ್ನೆಗಳ ಸಮಾಧಾನವು ನಾಟ್ಯಶಾಸ್ತ್ರದಲ್ಲಿ ಎಲ್ಲಿದೆ? ಹೇಗಿದೆ? ಇದರ ಸಂಬಂಧವಾಗಿಯೂ ಅಭಿನವಗುಪ್ತರಿಗಿಂತ ಮುಂಚಿನಿಂದ ಬೇರೆ–ಬೇರೆ ಅಭಿಪ್ರಾಯಗಳನ್ನು ವ್ಯಕ್ತಪಡಿಸುತ್ತ ಬಂದಿರುವರು. ಐದೂ ಪ್ರಶ್ನೆಗಳ ನಿರ್ಣಯುವನ್ನು ಮೊದಲನೆಯ ಅಧ್ಯಾಯದಲ್ಲಿಯೇ ಮಾಡಿಕೊಡಲಾಗಿದೆ. ಉಳಿದ ಅಧ್ಯಾಯಗಳಲ್ಲಿ ಅವುಗಳ ವಿಭಾಗ, ಲಕ್ಷಣ ಮತ್ತು ಪರೀಕ್ಷಣೆಗಳು ವಿವೇಚಿತವಾಗಿವೆಯೆಂಬುದು ಕೆಲವು ವ್ಯಾಖ್ಯಾನಕಾರರ ಅಂಬೋಣವಾಗಿತ್ತು. ಅನ್ಯಮತದವರ ಪ್ರಕಾರ ಮೊದಲಿನ ಎರಡು ಪ್ರಶ್ನೆಗಳ ವಿವೇಚನೆಯು ಐದು ಅಧ್ಯಾಯಗಳಲ್ಲಿವೆ; ಮಿಕ್ಕುಳಿದ ಪ್ರಶ್ನೆಗಳ ಸಮಾಧಾನ ಅಥವಾ ವಿಚಾರವು ಯಥಾವಕಾಶ, ಯಥಾಸಂದರ್ಭ ನಡೆಯುತ್ತದೆ. ಇದರಲ್ಲಿ ಯಾವುದೇ ಕ್ರಮವಿಲ್ಲ.

---

೧. ವಿವರಣೆಗೆ ನೋಡಿ– ನಾಟ್ಯಶಾಸ್ತ್ರ ಗೌರವಮ್– ರಾಧಾವಲ್ಲಭ ತ್ರಿಪಾಠಿ ಸಂಸ್ಥಾಪನಾ ವಿಶೇಷೋಪನ್ಯಾಸ ಗ್ರಂಥಮಾಲಾ. ಕರ್ನಾಟಕ ಸಂಸ್ಕೃತ ವಿಶ್ವವಿದ್ಯಾಲಯ; ೨೦೦೨

೨. ಅಭಿಭಾ. ಭಾ–೧ ಪು–೩

೩. ಅಭಿಭಾ. ಭಾ–೧.ಪು–೪

ಅಭಿನವ ಗುಪ್ತರ ಪ್ರಕಾರ ಈ ಐದೂ ಪ್ರಶ್ನೆಗಳ ಇಂಗಿತವೇನೆಂದರೆ ನಾಟ್ಯಶಾಸ್ತ್ರವು ಕವಿ ಮತ್ತು ಪ್ರಯೋಗಕಾರರಿಗೆ (ನಾಟಕಕಾರ ಮತ್ತು ಕಲಾವಿದರಿಗೆ) ಉಪದೇಶ ನೀಡುವ ಶಾಸ್ತ್ರವಾಗಿದೆ, ದ್ರಷ್ಟಾನಿಗೆ(ಪ್ರೇಕ್ಷಕನಿಗೆ) ಉಪದೇಶ ನೀಡುವದಲ್ಲ. ಶ್ರುತಿ, ಸ್ಮೃತಿ, ಇತಿಹಾಸಗಳಂತೆ (ರಾಮಾಯಣ ಮತ್ತು ಮಹಾಭಾರತ) ಈ ಶಾಸ್ತ್ರವು ಸಾರ್ವಜನಿಕರಿಗೆ ಉಪದೇಶ ನೀಡುವುದಿಲ್ಲ.

ನಾಟ್ಯಶಾಸ್ತ್ರದ ವಸ್ತು

ನಾಟ್ಯಶಾಸ್ತ್ರದ ಮೂವತ್ತಾರು ಅಥವಾ ಮೂವತ್ತೇಳು ಅಧ್ಯಾಯಗಳ ವಿಷಯವಸ್ತು ಅಧ್ಯಾಯಾನುಸಾರ ಈ ಪ್ರಕಾರವಿದೆ–

ಅಧ್ಯಾಯ	ಬಡೋದಾ.ಸಂ	ಕಾ. ಶೀ ಸಂ.	ಕಾ.ಮಾ.ಸಂ.
೧	ನಾಟ್ಯೋತ್ಪತ್ತಿ	ಅದೇ	ಅದೇ
೨	ಪ್ರೇಕ್ಷಾಗೃಹ ನಿರ್ಮಾಣ	ಅದೇ	ಅದೇ
೩	ರಂಗದೈವತ ಪೂಜನ	ಅದೇ	ಅದೇ
೪	ಕರಣ, ಅಂಗಹಾರ, ರೇಚಕ, ಪಿಂಡೀಬಂಧ	ಅದೇ	ಅದೇ
೫	ಪೂರ್ವರಂಗ	ಅದೇ	ಅದೇ
೬	ರಸ	ಅದೇ	ಅದೇ
೭	ಭಾವ	ಅದೇ	ಅದೇ
೮	ಅಂಗಾಭಿನಯ	ಉಪಾಂಗ ವಿಧಾನ	ಅದೇ
೯	ಉಪಾಂಗಾಭಿನಯ	ಹಸ್ತಾಭಿನಯ	
೧೦	ಚಾರೀ ವಿಧಾನ	ಶರೀರಾಭಿನಯ	ಚಾರೀ ವಿಧಾನ
೧೧	ಮಂಡಲ ರಚನಾ	ಚಾರೀವಿಧಾನ	ಮಂಡಲ ಕಲ್ಪನ
೧೨	ಗತಿಪ್ರಚಾರ ಮತ್ತು ಆಸನ ವಿಧಾನ	ಮಂಡಲ ವಿಧಾನ	ಗತಿ ಪ್ರಚಾರ
೧೩	ಕಕ್ಷ್ಯಾವಿಭಾಗ, ಲೋಕಧರ್ಮೀ, ನಾಟ್ಯಧರ್ಮೀ ಪ್ರವೃತ್ತಿ.	ಗತಿಪ್ರಚಾರ	ಕರಯುಕ್ತಿಧರ್ಮ

೧೪	ವಾಚಿಕ ಅಭಿನಯದಲ್ಲಿ ಛಂದೋವಿಧಾನ	ಪ್ರವೃತ್ತಿ ಮತ್ತು ಧರ್ಮೀ	ಛಂದೋವಿಧಾನ
೧೫	ವಾಚಿಕಾಭಿನಯದಲ್ಲಿ ವೃತ್ತಲಕ್ಷಣ	ಛಂದೋ ವಿಭಾಗ	ಛಂದೋವೃತ್ತ ವಿಧಿ
೧೬	ಲಕ್ಷಣ, ಅಲಂಕಾರ, ಗುಣದೋಷ, ಅಲಂಕಾರ ಲಕ್ಷಣ	ಲಕ್ಷಣ	ಅಲಂಕಾರ
೧೭	ಕಾಕುಸ್ವರ-ವ್ಯಂಜನ	ವಾಗಭಿನಯ	ಕಾಕುಸ್ವರವಿಧಾನ
೧೮	ದಶರೂಪಕ ವಿಧಾನ	ಭಾಷಾವಿಧಾನ	ದಶರೂಪಕ ಲಕ್ಷಣ
೧೯	ಸಂಧಿ ನಿರೂಪಣ	ಕಾಕಥ ಸ್ವರ-ವಿಧಾನ	ಸಂಧ್ಯಂಗ
೨೦	ವೃತ್ತಿ ನಿರೂಪಣ	ದಶರೂಪಕ ವಿಧಾನ	ವೃತ್ತಿ
೨೧	ಆಹಾರ್ಯಾಭಿನಯ	ಸಂಧಿ-ಸಂಧ್ಯಂಗ	ಆಹಾರ್ಯಾಭಿನಯ
೨೨	ಸಾಮಾನ್ಯಾಭಿನಯ	ವೃತ್ತಿ ನಿರೂಪಣ	ಸಾಮಾನ್ಯಾಭಿನಯ
೨೩	ವೈಶ್ವಿಕ	ಆಹಾರ್ಯಾಭಿನಯ	ವೈಶ್ವಿಕ
೨೪	ಪ್ರಕೃತಿ(ಪಾತ)	ಸಾಮಾನ್ಯಾಭಿನಯ	ಸಾಮಾನ್ಯಾಭಿನಯ
೨೫	ಚಿತ್ರಾಭಿನಯ	ಬಾಹ್ಯೋಪಚಾರ	ಚಿತ್ರಾಭಿನಯ (ವೈಶ್ವಿಕ)
೨೬	ತ್ರಿವಿಧ ಪ್ರಕೃತಿ	ಚಿತ್ರಾಭಿನಯ	ಪ್ರಕೃತಿ (ಪ್ರಕೃತಿ ವಿಕಲ್ಪ)
೨೭	ಸಿದ್ಧಿ ನಿರೂಪಣ	ಅದೇ	ಅದೇ
೨೮	ಜಾತಿ	ಆತೋದ್ಯ	ಜಾತಿ
೨೯	ಆತೋದ್ಯ ವಿಧಾನ	ತತವಾದ್ಯ	ಆತೋದ್ಯ
೩೦	ಸುಷಿರವಾದ್ಯ	ಅದೇ	ಅದೇ
೩೧	ತಾಳ	ಅದೇ	ಅದೇ
೩೨	ಧ್ರುವಾ	ಅದೇ	ಅದೇ
೩೩	ಗಾಯಕ ವಾದಕರ ಗುಣ-ದೋಷ.ಇ.	ಅವನದ್ಧ ವಾದ್ಯ	ಗಾಯಕನ ಗುಣಗಳು
೩೪	ಪುಷ್ಕರ-ಅವನದ್ಧವಾದ್ಯ	ಪ್ರಕೃತಿ ವಿಚಾರ	ಪುಷ್ಕರ ವಾದ್ಯ
೩೫	ಭೂಮಿಕಾವಿಕಲ್ಪ	ಅದೇ	ಅದೇ

೩೬	ಭರತಶಿಷ್ಯರಿಗೆ ಶಾಪ	ನಾಟ್ಯಂಕಾವತಾರ	ನಟಶಾಪ
೩೭	ಭೂಲೋಕದಲ್ಲಿ ನಾಟ್ಯದ ಅವತರಣ	ಗುಹ್ಯವಿಕಲ್ಪ	(ಅದೇ)

ಸಂರಚನಾತ್ಮಕ ಅನ್ವಿತಿ (ಸಂಬಂಧ):

ಇದರೊಂದಿಗೆ ನಾಟ್ಯಶಾಸ್ತ್ರದ ಮಹಾವಾಕ್ಯತೆಯು ಅದರ ಸಂರಚನಾತ್ಮಕ ಅನ್ವಿತಿಯೂ ಆಗಿದೆ. ನಾಟ್ಯಶಾಸ್ತ್ರದ ಪಾಠದ ಸಂರಚನೆಯಲ್ಲಿ ಸೂತ್ರ, ಭಾಷ್ಯ, ಸಂಗ್ರಹ, ಕಾರಿಕೆ, ನಿರುಕ್ತ, ಆನುವಂಶ್ಯ ಶ್ಲೋಕ ಮತ್ತು ನಿದರ್ಶನ ಎಂಬ ಏಳು ಪಾತಳಿಗಳನ್ನು ಹೇಳಿದೆ.

ಉತ್ತರಕಾಲದವರಲ್ಲಿ ಅನೇಕರು ಭರತನನ್ನು ಸೂತ್ರಕಾರನೆಂದು ಸ್ಮರಿಸಿರುವರು. ಆದರೆ ಭರತನು ನಾಟ್ಯಶಾಸ್ತ್ರವನ್ನು ಬರೆಯುವಾಗ ಕೇವಲ ಸೂತ್ರಗಳನ್ನಷ್ಟೇ ಬರೆದನೆಂದಾಗಲೀ; ಕಾರಿಕೆಗಳು, ಆನುವಂಶ್ಯ ಶ್ಲೋಕಗಳು, ಭಾಷ್ಯ ಮುಂತಾದವು ಅನಂತರದಲ್ಲಿ ಸೇರಿಸಿದವೆಂದಾಗಲಿ ಅಥವಾ ಸೇರಿಸುತ್ತ ಬಂದವುಗಳೆಂದಾಗಲೀ ಇದರಿಂದ ಅರ್ಥವನ್ನು ತೆಗೆದುಕೊಳ್ಳಲಾಗದು.

ಅಭಿನವಗುಪ್ತರ ಪ್ರಕಾರ ಸಂಗ್ರಹ, ಕಾರಿಕೆ ಮತ್ತು ನಿರುಕ್ತ ಅಂದರೆ ಉದ್ದೇಶ, ಲಕ್ಷಣ ಮತ್ತು ಪರೀಕ್ಷೆಯೆಂದರ್ಥ. ಉದ್ದೇಶ, ಲಕ್ಷಣ ಮತ್ತು ಪರೀಕ್ಷೆ – ಈ ಮೂರು ಪಾತಳಿಗಳು ಯಾವುದೇ ಶಾಸ್ತ್ರದಲ್ಲಿ ಪ್ರತಿಪಾದಿತ ವಿಷಯದಲ್ಲಿ ಒಪ್ಪಿತವಾಗಿವೆ. ಉದ್ದೇಶವೆಂದರೆ ಶಾಸ್ತ್ರದ ಶ್ರೇಣಿಗಳ ಅಥವಾ ಪದಾರ್ಥಗಳ ಹೆಸರುಗಳನ್ನು ಲೆಕ್ಕಿಸುವುದು (ಪರಿಗಣನೆ) ಲಕ್ಷಣವು ಇವುಗಳನ್ನು ಪರಿಭಾಷಿತ–ಗೊಳಿಸುವದು ಮತ್ತು ಪರೀಕ್ಷೆಯು ಈ ಲಕ್ಷಣಗಳ ಸತ್ಯಾಪನೆಯ ನಿರೂಪಣೆಯಾಗಿದೆ.

ಒಂದು ವೇಳೆ ಅಭಿನಯದ ಮುಖಾಂತರ ನೀಡಲಾದ ಸಂಗ್ರಹ, ಕಾರಿಕೆ , ನಿರುಕ್ತಗಳ ಅರ್ಥವನ್ನು ಉದ್ದೇಶ, ಲಕ್ಷಣ ಮತ್ತು ಪರೀಕ್ಷೆ ಎಂದು ತೆಗೆದುಕೊಂಡರೆ ಇವು ಮೂರೂ ನಾಟ್ಯಶಾಸ್ತ್ರದ ಪ್ರತಿಪಾದನಾಶೈಲಿಯ ಅನಿವಾರ್ಯ ಹಾಗೂ ಮೂಲ ಘಟಕಗಳಾಗಿವೆಯೆಂಬುದು ಸಿದ್ಧವಾಗುತ್ತದೆ. ಸಂಗ್ರಹ, ಕಾರಿಕೆ ಮತ್ತು ನಿರುಕ್ತ– ಈ ಮೂರನ್ನು ಈ ಗ್ರಂಥದಲ್ಲಿ ತಾನೇ ಯಥಾಕ್ರಮದಿಂದ ಹೇಳಿರುವುದಾಗಿ ಭರತಾಚಾರ್ಯನ ಅಂಬೋಣವಿದೆ. (ನಾ. ಶಾ. –೬.೫)

ಸಂಗ್ರಹ, ಕಾರಿಕೆ ಮತ್ತು ನಿರುಕ್ತಗಳ ರೂಪದಲ್ಲಿ ಪ್ರಸಕ್ತ ಗ್ರಂಥದ ತ್ರಿವಿಧಸ್ತರಗಳ ಸಂಯೋಜನೆಯ ಅಗತ್ಯವನ್ನು ತಿಳಿಯಪಡಿಸುತ್ತ ಅವನು, 'ಈ ನಾಟ್ಯದಲ್ಲಿ ಎಷ್ಟೊಂದು ಶಿಲ್ಪಗಳು ಮತ್ತು ಜ್ಞಾನಗಳು ವಿನಿಯೋಗವಾಗುತ್ತವೆಂದರೆ ಅದರ

ದಡವನ್ನು ಮುಟ್ಟುವದು ಕಷ್ಟವಾಗಿದೆ. ಇವುಗಳಲ್ಲಿಯೂ (ಒಂದೊಂದು ಶಿಲ್ಪದ ಅಥವಾ ಜ್ಞಾನದ) ಬಹಳಷ್ಟು ತತ್ತ್ವಗಳು (ಭೇದ-ಪ್ರಭೇದಗಳು) ಇರುತ್ತವೆ. ಆದುದರಿಂದ ಈ ತತ್ತ್ವಗಳನ್ನು ಸಂಗ್ರಹ ಮಾಡಿಕೊಡಲಾಗಿದೆ' ಎನ್ನುತ್ತಾನೆ. ಸಂಗ್ರಹದ ಅಂತರ್ಗತವಾಗಿ ನಾಟ್ಯದ ಹನ್ನೊಂದು ತತ್ತ್ವಗಳ ಪರಿಗಣನೆಯನ್ನು ಭರತನು ಮಾಡಿದ್ದಾನೆ. ಹೀಗಾಗಿ ಸಂಗ್ರಹವೆಂದರೆ ಉದ್ದೇಶ ಅಥವಾ ನಾಮಗ್ರಹಣ ಎಂದು ಅಭಿನವಾಚಾರ್ಯರು ಅರ್ಥಯಿಸಿರುವುದು ಈ ದೃಷ್ಟಿಯಿಂದ ಉಚಿತವೆಂದೇ ಅನಿಸುತ್ತದೆ.

ಒಟ್ಟಾರೆಯಾಗಿ ಸಂಗ್ರಹ, ಕಾರಿಕೆ ಮತ್ತು ನಿರುಕ್ತ– ಈ ಸಂಜ್ಞೆಗಳು ಪ್ರತಿಪಾದ್ಯ ವಸ್ತುವಿಗೆ ಸಂಬಂಧಿಸಿವೆ. ಆದರೆ ಸೂತ್ರ, ಭಾಷ್ಯ ಮತ್ತು ನಿದರ್ಶನ– ಈ ಸಂಜ್ಞೆಗಳು ಪ್ರತಿಪಾದನಾ ಶೈಲಿಗೆ ಸಂಬಂಧಿಸಿವೆ. ಈ ಪ್ರಕಾರವಾಗಿ ಸಮಗ್ರ ನಾಟ್ಯಶಾಸ್ತ್ರದಲ್ಲಿ ಸಂರಚನಾತ್ಮಕ ಅನ್ವಿತಿಯಿದೆ.

ವೈಶ್ವಿಕ (ಜಾಗತಿಕ) ಏಕಾತ್ಮತಾಮೂಲ ಅನ್ವಿತಿ:

ನಾಟ್ಯಶಾಸ್ತ್ರದ ಮಹಾವಾಕ್ಯವು ತ್ರಿತಯೀ, ಚತುಷ್ಟಯೀ, ಪಂಚತಯೀ, ಷಟ್ತಯೀ, ಸಪ್ತತಯೀ ಮುಂತಾದ ಸ್ತರಗಳ ಮೇಲೆ ವಸ್ತುಗತ ಅನ್ವಿತಿ ಮತ್ತು ಅದರ ಮಾಧ್ಯಮದಿಂದ ವೈಶ್ವಿಕ ಸಂಧಾನದಲ್ಲಿ ಪ್ರತಿಫಲಿತವಾಗಿದೆ.

ಕವಿ, ನಟ ಮತ್ತು ಪ್ರೇಕ್ಷಕ– ಇದು ನಾಟ್ಯದ ಮೂಲ ತ್ರಿತಯೀಯಾಗಿದೆ; ಅನುಕೀರ್ತನ, ಅನುಕರಣ ಮತ್ತು ಅನುದರ್ಶನ– ಇವು ಮೂರು ವ್ಯಾಪಾರಗಳು. ಇದರೊಂದಿಗೆ ಸೇರಿದವಾಗಿವೆ. ನಾಟ್ಯದಲ್ಲಿ ತ್ರಿಲೋಕೀ ಇಲ್ಲವೇ ಮೂರು ಲೋಕಗಳ ಅನುಕೀರ್ತನ, ಅನುಕರಣ ಮತ್ತು ಅನುದರ್ಶನಗಳೂ ಇರುತ್ತವೆ. ಆದುದರಿಂದ ಭರತನು–

ತ್ರೈಲೋಕ್ಯಸ್ಯಾಸ್ಯ ಸರ್ವಸ್ಯ ನಾಟ್ಯಂ ಭಾವಾನುಕೀರ್ತನಮ್।
ಸಪ್ತದ್ವೀಪಾನುಕರಣಂ ನಾಟ್ಯಮೇತದ್ ಭವಿಷ್ಯತಿ।
ಪ್ರೀತಾಃ ಸಮಭವನ್ ಸರ್ವೇ ಕರ್ಮಭಾವಾನುದರ್ಶನಮ್।

ಎಂದು ಹೇಳುತ್ತಾನೆ.

ಮೂರೂ ಲೋಕಗಳ ಅವಸ್ಥೆಗಳ ಅನುಕೀರ್ತನವೆನ್ನುವದು ವಾಸ್ತವಿಕತೆಯ ವಿಭಿನ್ನ ಪಾತಳಿಗಳನ್ನು ನಾಟ್ಯದಲ್ಲಿ ಪ್ರಸ್ತುತಪಡಿಸುವಿಕೆ ಎಂಬರ್ಥದಲ್ಲಿದೆ. ನಾಟ್ಯವು ಯಥಾರ್ಥವನ್ನು ಅದರ ಸಮಗ್ರತೆಯಲ್ಲಿ, ಅದರ ಜಟಿಲ ಪಾತಳಿಯೊಂದಿಗೆ ಅನುಕೀರ್ತನ (ಅನುವ್ಯವಸಾಯ, ಅನುಕರಣ, ಅನುವ್ಯವಹರಣ)

ಮಾಡುವುದಾಗಿದೆ. ಇದರಲ್ಲಿ ಭಾವದ ಮತ್ತು ಅವಸ್ಥೆಗಳ ವಿವಿಧತೆಯೊಂದಿಗೆ ಲೋಕವೃತ್ತದ ಅನುಕರಣೆ ಮಾಡಲಾಗುತ್ತದೆ.

ನಾನಾ ಭಾವೋಪಸಂಪನ್ನಂ ನಾನಾವಸ್ಥಾಂತರಾತ್ಮಕಮ್।
ಲೋಕವೃತ್ತಾನುಕರಣಂ ನಾಟ್ಯಮೇತನ್ಮಯಾ ಕೃತಮ್॥ (೧.೧೧೨)

ಸುಖಃ-ದುಃಖ ಸಮನ್ವಿತವಾಗಿರುವ ಲೋಕಸ್ವಭಾವವು ಅಂಗಗಳಿಂದ ಮತ್ತು ಅಭಿನಯಗಳಿಂದ ಸಂವಲಿತವಾಗಿ (ಕೂಡಿ) ನಾಟ್ಯವಾಗುತ್ತದೆ.

ಯೋಽಯಂ ಸ್ವಭಾವೋ ಲೋಕಸ್ಯ ಸುಖ-ದುಃಖ ಸಮನ್ವಿತಮ್।
ಸೋಽಂಗಾದ್ಯಭಿನಯೋಪೇತೋ ನಾಟ್ಯಮೇತನ್ಮಯಾ ಕೃತಮ್॥
(೧.೨೨೯)

ಅಭಿನವಭಾರತಿಯ ಪ್ರಕಾರ ಶಾಖಾ, ನೃತ್ತ ಮತ್ತು ಗೀತ ಎಂಬವು ಮೂರು ಅಂಗಗಳು. ಆಧಿಭೌತಿಕ, ಆಧಿ ದೈವಿಕ ಮತ್ತು ಆಧ್ಯಾತ್ಮಿಕ ಎಂಬ ಸೃಷ್ಟಿಯ ಮೂರು ಪಾತಳಿಗಳು ಇದರಲ್ಲಿ ಸಮಾಹಿತವಾಗಿರುತ್ತವೆ. ಅಭಿಧಾ, ಲಕ್ಷಣಾ ಮತ್ತು ವ್ಯಂಜನಾ ಎಂಬ ಮೂರು ವೃತ್ತಿಗಳು. ಈ ಮೂರೂ ಪಾತಳಿಗಳನ್ನು ಅಭಿಹಿತ (ಗುಣಿತ) ಲಕ್ಷಿತ ಹಾಗೂ ಉದ್ಯೋತಿತ (ಪ್ರಕಾಶಿತ)-ಗೊಳಿಸುತ್ತ ಹೋಗುತ್ತವೆ. ಇದಕ್ಕಾಗಿ ಭೌತಿಕ ಪಾತಳಿಯ ಮೇಲೆ ಚತುರಸ್ರ, ವಿಕೃಷ್ಟ ಮತ್ತು ತ್ರ್ಯಸ್ರ ಹೀಗೆ ಮೂರು ಬಗೆಯ ಪ್ರೇಕ್ಷಾಗಾರಗಳನ್ನು ನಿರ್ಮಿಸುವ ಪದ್ಧತಿಯಿದೆ. ಇವೆಲ್ಲ ತ್ರಿತಯಗಳ ಅನ್ವಯವು ನಾಟ್ಯಶಾಸ್ತ್ರದ ಮೂರು ಪರಂಪರೆಗಳೊಂದಿಗಿದೆ.

ನಾಟ್ಯಶಾಸ್ತ್ರದ ಮೂರು ಪರಂಪರೆಗಳು: ಭರತಮುನಿಯು ಮೂರು ಪರಂಪರೆಗಳ ಸೂಚನೆಯನ್ನು ಮೊದಲ ಕಾರಿಕೆಯಲ್ಲಿಯೇ ಕೊಟ್ಟಿದ್ದಾನೆ.

ಪ್ರಣಮ್ಯ ಶಿರಸಾ ದೇವೋ ಪಿತಾಮಹ ಮಹೇಶ್ವರೌ।
ನಾಟ್ಯಶಾಸ್ತ್ರಂ ಪ್ರವಕ್ಷ್ಯಾಮಿ ಬ್ರಹ್ಮಣಾ ಯದುದಾಹೃತಮ್॥ (ನಾ.ಶಾ. ೧.೧)

ಕೆಲವು ಆಧುನಿಕ ವಿದ್ವಾಂಸರು, ಭರತಮುನಿಯು ಇಲ್ಲಿ ಯಾವ ಮೂರು ಪರಂಪರೆಗಳ ಸಂಕೇತ ಮಾಡಿರುವನೋ ಅವು ಒಂದನೆಯದು ಪಿತಾಮಹ ಅಥವಾ ಬ್ರಹ್ಮನ ಪರಂಪರೆ. ಎರಡನೆಯದು ಮಹೇಶ್ವರ ಅಥವಾ ಸದಾಶಿವನ ಪರಂಪರೆ ಮತ್ತು ಮೂರನೆಯದು ತನ್ನ ಸ್ವಂತದ ಅಥವಾ ಭರತಮುನಿಯ ಪರಂಪರೆ ಎಂದು ಹೇಳುತ್ತಾರೆ. ಆದರೆ ಇಲ್ಲಿ ವಿಪ್ರತಿಪತ್ತಿಯುಂಟಾಗುತ್ತದೆ. ಭರತಮುನಿಯು ಬ್ರಹ್ಮನ ಮತ್ತು ಮಹೇಶ್ವರನ ಪರಂಪರೆಗಳ ಬೆಳಕಿನಲ್ಲಿ ತಾನು

ನಾಟ್ಯಶಾಸ್ತ್ರವನ್ನು ರಚಿಸುತ್ತೇನೆಂದು ಹೇಳುತ್ತಿದ್ದಾನೆ ಅಂದಮೇಲೆ ಇವನಿಂದ ಭರತನ ಪರಂಪರೆಯು ಈಗಲೇ ಎಲ್ಲಿ ನಿರ್ಮಾಣವಾಯಿತು? ಅಭಿನವಗುಪ್ತರ ಉಲ್ಲೇಖದ ಪ್ರಕಾರ ಭರತನ ನಾಟ್ಯಶಾಸ್ತ್ರ ರಚನೆಗೂ ಮುಂಚೆ ನಾಟ್ಯಶಾಸ್ತ್ರದ ಎರಡು ಪರಂಪರೆಗಳು ಪ್ರಚಲಿತವಿದ್ದವು. ಒಂದು ಸದಾಶಿವನದು, ಎರಡನೆಯದು ಬ್ರಹ್ಮನದು. ಭರತಮುನಿಯು ಇಲ್ಲಿ ಬ್ರಹ್ಮನ ಮತದ ಸಾರವನ್ನು ಹೇಳುತ್ತಿದ್ದಾನೆ. ಈ ದೃಷ್ಟಿಯಿಂದ ಅವನ ಸ್ವಂತದ ಪರಂಪರೆಯೆಂಬುದು ಬ್ರಹ್ಮನ ಪರಂಪರೆಯೇ ಆಗಿದೆ ಎಂದಾಗ ನಾಟ್ಯಶಾಸ್ತ್ರದ ಮೂರನೆಯ ಪರಂಪರೆಯು ಎಲ್ಲಿದೆ? ಗಂಗಾ ಮತ್ತು ಯಮುನೆಯರ ಸಂಗಮದ ಸರಸ್ವತಿಯಂತೆ ಅಡಗಿದೆಯೇ?

ಒಂದು ವೇಳೆ ಭರತನಿಗೂ ಮುಂಚಿನ ನಾಟ್ಯಶಾಸ್ತ್ರದ ಪರಂಪರೆಯನ್ನು ಹುಡುಕ ಹೊರಟರೆ ಅದರ ಪರಿಚಯವಾಗುವುದು ಬ್ರಹ್ಮ, ಮಹೇಶ್ವರ ಮತ್ತು ವೈಷ್ಣವ ರೂಪದಲ್ಲಿ

ಬ್ರಹ್ಮನ ಪರಂಪರೆಯೆಂಬುದೇನು? ಇದನ್ನು ನಾಟ್ಯಶಾಸ್ತ್ರದಲ್ಲಿ ವಿಸ್ತಾರವಾಗಿಯೇ ಹೇಳಲಾಗಿದೆ ನಾಟ್ಯವನ್ನು ವೇದವೆಂದು ಕರೆಯಲಾಗಿದೆ. ಹಾಗಾಗಿ ಅದನ್ನು ವೇದದ ಸಮನಾಗಿಯೇ ಅನಾದಿ ಮತ್ತು ಅಪೌರುಷೇಯವೆಂದು ತಿಳಿದು ಬ್ರಹ್ಮನಿಂದ ಅದರ ಉತ್ಪತ್ತಿಯನ್ನು ಹೇಳಿದೆ. ನಾಟ್ಯಶಾಸ್ತ್ರದಲ್ಲಿ ನಾಟ್ಯೋತ್ಪತ್ತಿಯ ಮಿಥಕವು ಈ ಪ್ರಕಾರವಾಗಿದೆ–ಸ್ವಾಯಂಭುವ ಮನ್ವಂತರದಲ್ಲಿ ಕೃತಯುಗವು ಕಳೆದು ತ್ರೇತಾಯುಗವು ಬಂದಮೇಲೆ ವೈವಸ್ವತ ಮನ್ವಂತರದಲ್ಲಿ ಜನರು ಗ್ರಾಮ್ಯಧರ್ಮಗಳಲ್ಲಿ ಪ್ರವೃತ್ತರಾದರು. ಕಾಮ ಮತ್ತು ಲೋಭಗಳ ವಶದಲ್ಲಿ ಬಂದರು. ಅಲ್ಲದೇ ಈರ್ಷೆ ಹಾಗೂ ಕ್ರೋಧಗಳ ಕಾರಣದಿಂದ ಮೂಢರಾಗಿ ಹೋದರು. ಆಗ ಇಂದ್ರಾದಿ ದೇವತೆಗಳು ಪಿತಾಮಹ ಬ್ರಹ್ಮನಲ್ಲಿ – 'ನಾವು ದೃಶ್ಯ ಮತ್ತು ಶ್ರಾವ್ಯ ಎರಡೂ ಇರುವ ಕ್ರೀಡನೀಯಕವನ್ನು ಅಪೇಕ್ಷಿಸುತ್ತೇವೆ. ಶೂದ್ರಜಾತಿಯ ಜನರಿಗೆ ವೇದಗಳ ವ್ಯವಹಾರವು ಶ್ರಾವ್ಯವಿಲ್ಲ. ಅದಕ್ಕಾಗಿ ಸಾರ್ವವರ್ಣಿಕವಾದ ಪಂಚಮ ವೇದವನ್ನು ರಚನೆ ಮಾಡಿರಿ' ಎಂದು ಹೇಳಿದರು ಬ್ರಹ್ಮನು 'ಹಾಗೆಯೇ ಆಗಲಿ' ಎಂದ. ಆ ದೇವತೆಗಳನ್ನು ಬೀಳುಗೊಟ್ಟು ಅವನು ನಾಲ್ಕು ವೇದಗಳ ಸ್ಮರಣೆ ಮಾಡಿದ ಮತ್ತು ಸ್ತ್ರೀಯರಿಗೆ ಹಾಗೂ ಶೂದ್ರರಿಗೆ ವೇದವು ಉಪಾದೇಯವಲ್ಲ ಹಾಗಾಗಿ ನಾನು ಸರ್ವಶ್ರಾವ್ಯ ಪಂಚಮ ವೇದವನ್ನು ಸೃಷ್ಟಿ ಮಾಡುತ್ತೇನೆ. ಅದು ಧರ್ಮವನ್ನು, ಅರ್ಥವನ್ನು, ಯಶಸ್ಸನ್ನು ತಂದು ಕೊಡಬಲ್ಲದ್ದು ಮತ್ತು ಸಂಗ್ರಹಯುಕ್ತವಾದದ್ದು ಆಗುವದು. ಅಲ್ಲದೇ ಬರಲಿರುವ ಸಮಾಜಕ್ಕೆ ಸರ್ವಕರ್ಮಗಳ ನಿದರ್ಶನ ಮಾಡಿಸುವದೂ ಆಗಿರುವದು ಎಂದು ಸಂಕಲ್ಪ ಮಾಡಿದ. (೧.೮–೧೫)

ಹೀಗೆ ಸಂಕಲ್ಪ ಮಾಡಿದ ಬ್ರಹ್ಮನು ನಾಲ್ಕು ವೇದಗಳನ್ನು ಸ್ಮರಣೆ ಮಾಡಿ, ಅವುಗಳ ನಾಲ್ಕು ಅಂಗಗಳಿಂದ (ವಾದ್ಯ, ಗೀತ, ಅಭಿನಯ, ರಸ) ನಾಟ್ಯವೇದವನ್ನು ರಚನೆ ಮಾಡಿದನು. ಅವನು **ಋಗ್ವೇದದಿಂದ ಪಾಠ್ಯವನ್ನೂ ಸಾಮವೇದದಿಂದ ಗೀತೆಯನ್ನೂ, ಯಜುರ್ವೇದದಿಂದ ಅಭಿನಯವನ್ನೂ ಮತ್ತು ಅಥರ್ವವೇದದಿಂದ ರಸವನ್ನೂ ಸ್ವೀಕರಿಸಿದ.** ಹೀಗೆ ಸರ್ವಜ್ಞನಾದ ಬ್ರಹ್ಮನು ವೇದಗಳು ಮತ್ತು ಉಪವೇದಗಳೊಂದಿಗೆ ಸಂಬದ್ಧವಾದ ನಾಟ್ಯವೇದವನ್ನು ರಚನೆ ಮಾಡಿದನು. ಈ ನಾಟ್ಯವೇದವನ್ನು ಸೃಷ್ಟಿಸಿ ಬ್ರಹ್ಮನು ಇಂದ್ರನಿಗೆ ಹೇಳಿದ – 'ನಾನು ಈ ಇತಿಹಾಸವನ್ನು ರಚಿಸಿ ಕೊಟ್ಟಿದ್ದೇನೆ; ಇದರ ಪ್ರಯೋಗಕ್ಕಾಗಿ ದೇವತೆಗಳನ್ನು ನಿಯಮಿಸು. ಯಾರು ಕುಶಲರೂ, ವಿದಗ್ಧರೂ, ಪ್ರಗಲ್ಭರೂ, ಜಿತಶ್ರಮರೂ ಆಗಿರುವರೋ ಅವರಲ್ಲಿ ಈ ನಾಟ್ಯವೇದವು ನಿನ್ನ ಮುಖಾಂತರ ಸ್ಥಾಪಿತವಾಗಲಿ'. ಬ್ರಹ್ಮನ ಮಾತು ಕೇಳಿ ಇಂದ್ರನು 'ದೇವ! ದೇವಗಣವು ಈ ನಾಟ್ಯವೇದವನ್ನು ಗ್ರಹಿಸಲಾಗಲೀ, ಧಾರಣ ಮಾಡಲಾಗಲೀ, ತಿಳಿಯಲಾಗಲೀ ಮತ್ತು ಪ್ರಯೋಗ ಮಾಡಲಾಗಲೀ ಶಕ್ತವಿಲ್ಲ; ನಾಟ್ಯಕರ್ಮಕ್ಕೆ ಇವರು ಅಯೋಗ್ಯರು, ವೇದದ ಗೂಢರಹಸ್ಯವನ್ನು ತಿಳಿದಿರುವ, ವ್ಯವಸ್ಥಿತವಾದ ಋಷಿಯೇ ಇದರ ಗ್ರಹಣ, ಧಾರಣ, ಜ್ಞಾನ ಮತ್ತು ಪ್ರಯೋಗಗಳಲ್ಲಿ ಸಮರ್ಥನು' ಎಂದು ಹೇಳಿದನು. ಇಂದ್ರನ ಈ ಮಾತು ಕೇಳಿ ಬ್ರಹ್ಮನು ಭರತನಿಗೆ – 'ನೀನು ನೂರ್ವರು ಪುತ್ರರ ಸಂಗಡ ನಾಟ್ಯವೇದವನ್ನು ಪ್ರಯೋಗಿಸುವವನಾಗು' ಎಂದು ಹೇಳಿದ. 'ಆಗ ನಾನು ಬ್ರಹ್ಮನಿಂದ ಇಂತು ಆಜ್ಞಪ್ತನಾಗಿ ನಾಟ್ಯವೇದದ ಜ್ಞಾನವನ್ನು ಪಡೆದೆ; ಮತ್ತು ನೂರುಜನ ಮಕ್ಕಳಿಗೆ ಕಲಿಸಿದೆ' ಎಂಬುದು ಭರತನ ಮಾತು.

ಕೃತಯುಗವು ಕಳೆದುಹೋದಾಗ ತ್ರೇತಾಯುಗದಲ್ಲಿ ಸಮಾಜವು ಸುಖ-ದುಃಖಾದಿ ದ್ವಂದ್ವಗಳಿಂದ ಗ್ರಸ್ತವಾಗತೊಡಗಿದಾಗ, ದೇವತೆಗಳು ಬ್ರಹ್ಮನ ಬಳಿಗೆ ಹೋಗಿ – ನಾಲ್ಕು ವೇದಗಳು ಸ್ತ್ರೀಯರಿಗೆ, ಶೂದ್ರರಿಗೆ ಸುಶ್ರಾವ್ಯವಿಲ್ಲ; ತಾವು ಸಾರ್ವವರ್ಣಿಕ ಪಂಚಮ ವೇದವನ್ನು ರಚಿಸಿರಿ – ಎಂದು ಹೇಳಿದರು. ಆಗ ಬ್ರಹ್ಮನು–

ಸರ್ವಶಾಸ್ತ್ರಾರ್ಥ ಸಂಪನ್ನಂ ಸರ್ವಶಿಲ್ಪ ಪ್ರವರ್ತಕಮ್।
ನಾಟ್ಯಾಖ್ಯಂ ಪಂಚಮಂ ವೇದಂ ಸೇತಿಹಾಸಂ ಕರೋಮ್ಯಹಮ್॥

(೧.೧೫)

ಎಂದು ಹೇಳಿದನು. ಅಂದರೆ ಸರ್ವ ಶಾಸ್ತ್ರಗಳಿಂದ ಸಂಪನ್ನವೂ, ಸರ್ವ ಶಿಲ್ಪಗಳ ಪ್ರವರ್ತಕವೂ ಆಗಿರುವಂತಹ ಇತಿಹಾಸಸಹಿತವಾದ ಪಂಚಮವೇದವನ್ನು ಸೃಷ್ಟಿಸುವೆನು. ಬ್ರಹ್ಮನ ನಾಟ್ಯವೇದವು ಸೇತಿಹಾಸವಾದುದು. ಇತಿಹಾಸವೆಂದರೆ

ರಾಮಾಯಣ-ಮಹಾಭಾರತಾದಿ ಆಖ್ಯಾನಗಳು ಎಂದರ್ಥ. ಅಂದರೆ ಬ್ರಹ್ಮನ ನಾಟ್ಯಶಾಸ್ತ್ರದ ಪ್ರಸ್ಥಾನವು ಒಂದು ಭವ್ಯವೂ ಉದಾತ್ತವೂ ಆಗಿರುವ ನಾಟ್ಯದ ಪ್ರಸ್ಥಾನವಾಗಿದೆ. ಮುಂದೆ ಕೂಡಾ ನಾಟ್ಯವು ಇತಿಹಾಸ ರೂಪವೆಂದೇ ಬ್ರಹ್ಮನು ಹೇಳುತ್ತಾನೆ:

ಇತಿಹಾಸೋ ಮಯಾ ಸೃಷ್ಟಃ ಸುರೇಷು ವಿನಿಯುಜ್ಯತಾಮ್।

ಈ ಪ್ರಕಾರ ಬ್ರಹ್ಮನು ನಾಟ್ಯವೇದವನ್ನು ಸೃಷ್ಟಿಸಿದನು. ಆ ಶಾಸ್ತ್ರದ ಉಪದೇಶವನ್ನೂ ಅವನು ಭರತಮುನಿಗೆ ನೀಡಿದನು. ಬ್ರಹ್ಮನ ನಾಟ್ಯವೇದ ಮತ್ತು ಅದರೊಂದಿಗಿನ ಸಂಬದ್ಧ ನಾಟ್ಯಶಾಸ್ತ್ರ, ಮಹಾನ್ ಆಖ್ಯಾನಗಳ ಪ್ರಸ್ತುತಿಯ ರಂಗಭೂಮಿಯನ್ನು ಮುಂದಿಡುತ್ತಿದ್ದಿತು. ಭರತಮುನಿಯಂತೂ ಸ್ವತಃ **ಸಮುದ್ರ ಮಂಥನ** ಎಂಬ ಸಮವಕಾರವನ್ನು ಮತ್ತು **ತ್ರಿಪುರದಾಹ** ಎಂಬ ಡಿಮವನ್ನು ಪ್ರಯೋಗ ಮಾಡಿದನು. ಆದರೆ ಬ್ರಹ್ಮನು ತಿಳಿಸಿರುವ ನಾಟ್ಯಶಾಸ್ತ್ರದ ಅನುಸಾರವಾಗಿ ಇವೆರಡೂ ರೂಪಕಗಳನ್ನು ಅಭಿನಯ ಮಾಡಿಸಿದಾಗ, ಇವುಗಳಲ್ಲಿ ಮಾಹೇಶ್ವರ ನಾಟ್ಯಶಾಸ್ತ್ರವನ್ನು ಅಳವಡಿಸಬೇಕಾದ ಅಗತ್ಯದ ಅನುಭವವು ಅವನಿಗಾಯಿತು. ಆಗ ಬ್ರಹ್ಮನ ನಾಟ್ಯಶಾಸ್ತ್ರದೊಂದಿಗೆ ಭರತಮುನಿಯ ಕೃತಿಯಲ್ಲಿ ಮಾಹೇಶ್ವರ ನಾಟ್ಯಶಾಸ್ತ್ರವೂ ಬೆರೆತುಕೊಂಡಿತು.

ಮಾಹೇಶ್ವರ ನಾಟ್ಯಶಾಸ್ತ್ರ

ಭರತಮುನಿಯು ಆತ್ರೇಯಾದಿ ಮುನಿಗಳ ಜಿಜ್ಞಾಸೆಗಳನ್ನು ಸಮಾಧಾನಿಸುತ್ತ ನಾಟ್ಯೋತ್ಪತ್ತಿಯ ಕಥೆಯಲ್ಲಿ ಹೇಳುತ್ತಾನೆ: 'ಆಮೇಲೆ ಆ ನೂರು ಮಂದಿ ಮಕ್ಕಳಿಗೆ ಅವರವರಿಗೆ ತಕ್ಕುದಾದ ಪಾತ್ರಗಳನ್ನು ನೀಡಿ, ಭಾರತೀ, ಸಾತ್ವತೀ ಮತ್ತು ಆರಭಟೀ ಈ ಮೂರು ವೃತ್ತಿಗಳಿಂದ ಉಕ್ತಪ್ರಯೋಗದ ಆಸರೆಯನ್ನು ನಾನು ತೆಗೆದುಕೊಂಡೆನು; ಮತ್ತು ಬ್ರಹ್ಮನಿಗೆ ವಂದನೆ ಮಾಡಿ ಅವನಲ್ಲಿ ನಿವೇದನೆ ಮಾಡಿದಾಗ- ಬ್ರಹ್ಮನು 'ಇದರಲ್ಲಿ ನಾಲ್ಕನೆಯದಾಗಿ ಕೈಶಿಕೀ ವೃತ್ತಿಯನ್ನು ಸೇರಿಸಿಕೋ ಅದಕ್ಕೆ ಅಗತ್ಯ ದ್ರವ್ಯವೇನಿದೆಯೋ ಅದನ್ನು ನನಗೆ ಹೇಳು' ಎಂದು ಹೇಳಿದನು. ಆಗ ನಾನು ನೃತ್ಯ ಮತ್ತು ಅಂಗಹಾರಗಳಿಂದ ಸಮೃದ್ಧವಾದ ರಸ ಮತ್ತು ಭಾವಕ್ರಿಯೆಗಳಿಂದ ಕೂಡಿದ ಕೈಶಿಕೀ ಪ್ರಯೋಗವನ್ನು ಭಗವಾನ್ ನೀಲಕಂಠ ಶಿವನ ನೃತ್ಯದ ಸಮಯದಲ್ಲಿ ಕಂಡಿದ್ದೇನೆ. ಸುಕುಮಾರ ನೇಪಥ್ಯದ ಮತ್ತು ಶೃಂಗಾರ ರಸದಿಂದ ಸಂಭೂತವಾದ ಅವನ ಕೈಶಿಕೀಯು ಪ್ರಯೋಗವು ಸ್ತ್ರೀಯರ ಹೊರತಾಗಿ ಕೇವಲ ಪುರುಷರ ಮೂಲಕ ಸಾಧ್ಯವಿಲ್ಲ. ದೇವ ನನಗೆ ಕೈಶಿಕೀಯ

ಪ್ರಯೋಗವು ಸಾಧ್ಯವಾಗುವಂತಹ ದ್ರವ್ಯವನ್ನು ಪ್ರದಾನ ಮಾಡಿರಿ ಎಂದು ಹೇಳಿದೆನು. ಆಗ ಬ್ರಹ್ಮನು ತನ್ನ ಮನಸ್ಸಿನಿಂದ ನಾಟ್ಯಾಲಂಕಾರಗಳಲ್ಲಿ ಚತುರರಾದ ಅಪ್ಸರೆಯರನ್ನು ಸೃಷ್ಟಿಸಿದ. ಆಮೇಲೆ ಅವನು ಭಾಂಡದ (ವಾದ್ಯ) ಸಲುವಾಗಿ ಶಿಷ್ಯರ ಸಂಗಡ ಸ್ವಾತಿಯನ್ನು ನಿಯಮಿಸಿದ. ಹೀಗೆ ನಾಟ್ಯವೇದ ಗ್ರಹಣವು ಪೂರ್ಣವಾದ ಮೇಲೆ ಬ್ರಹ್ಮನ ಮುಂದೆ ಕೈ ಜೋಡಿಸಿ ನಿಂತೆ. ಅವನೊಡನೆ ನಾಟ್ಯದ ಗ್ರಹಣವು ಪೂರ್ತಿಯಾಯಿತು'. 'ಈಗ ನಾನೇನು ಮಾಡಲಿ, ಎಂಬುದನ್ನು ಆದೇಶಿಸಿರಿ' ಎಂದೆನು. ಇದನ್ನು ಕೇಳಿ ಪಿತಾಮಹನು 'ಈಗ ಇದರ ಪ್ರಯೋಗದ ಮಹಾಸಮಯವು ಬಂದಿದೆ' ಎಂದನು.

ಭರತಮುನಿಯು ತಾನು ಹೇಗೆ ಕೈಲಾಸಕ್ಕೆ ಹೋಗಿ ತಲುಪಿದೆನು ಮತ್ತು 'ಸಮುದ್ರ ಮಂಥನ' ಎಂಬ ಸಮವಕಾರ ಹಾಗೂ 'ತ್ರಿಪುರದಾಹ' ಎಂಬ ಡಿಮವನ್ನು ಶಂಕರನ ಎದುರಿಗೆ ಮಾಡಿ ತೋರಿಸಿದೆನು ಎನ್ನುವುದನ್ನು ಆಖ್ಯಾನದ ಮುಖಾಂತರ ತಿಳಿಸುತ್ತಾನೆ.

ಬ್ರಾಹ್ಮನಾಟ್ಯಶಾಸ್ತ್ರದಲ್ಲಿ ಕೈಶಿಕೀವೃತ್ತಿಯು ಸೇರುತ್ತಲೇ ತ್ರಿತಯಿಯಿಂದ ಚತುಷ್ಟಯಿ ಆಯಿತು. ಅದರಲ್ಲಿ ತ್ರಿವಿಧ ಅಭಿನಯಗಳು, ತ್ರಿವಿಧ ವೃತ್ತಿಗಳು ಮತ್ತು ತ್ರಿವಿಧ ಪುರುಷಾರ್ಥಗಳಿದ್ದವು. ಈಗ ಚತುರ್ವಿಧ ಅಭಿನಯಗಳು, ಚತುರ್ವಿಧ ವೃತ್ತಿಗಳು ಮತ್ತು ಚತುರ್ವಿಧ ಪುರಷಾರ್ಥಗಳಾದವು.

ಶೈವ ಪರಂಪರೆಯಲ್ಲಿ ಶಿವ ಅಥವಾ ಮಹೇಶ್ವರನನ್ನು ನಾಟ್ಯಶಾಸ್ತ್ರದ ಮೂಲವೆಂದೇ ಮನ್ನಿಸಲಾಗಿದೆ. ಶಾರದಾತನಯನು ಆಖ್ಯಾನದ ಮೂಲಕ ಇದನ್ನು ಹೀಗೆ ಹೇಳುತ್ತಾನೆ:

'ಕಲ್ಪದ ಕೊನೆಯಲ್ಲಿ ಲೋಕವನ್ನು ದಹಿಸಿದ ಮಹೇಶ್ವರನು ತನ್ನ ಮಹಿಮೆಯಿಂದ ಆನಂದದಲ್ಲಿ ಮಗ್ನನಾಗಿದ್ದನು. ಅದೇ ಸಮಯದಲ್ಲಿ ಅವನು ಬ್ರಹ್ಮ ಮತ್ತು ವಿಷ್ಣುಗಳನ್ನು ತನ್ನ ಮನಸ್ಸಿನಿಂದ ಸೃಷ್ಟಿ ಮಾಡಿದನು. ಆತನ ಎಡಭಾಗದಿಂದ ಮಾಯಾಮಯಿಯಾದ ವೈಷ್ಣವೀ ಶಕ್ತಿಯು ಅಂಬಿಕೆಯ ರೂಪವನ್ನು ಧರಿಸಿದ್ದಿತು. ಅದುವೇ ಭಗವಂತನಾದ ಶಿವನ ನಿಯೋಜನೆಯಿಂದ ಬ್ರಹ್ಮನು ಜಗತ್ತಿನ ಮರುಸೃಷ್ಟಿ ಮಾಡಿದನು. ಈ ಜಗತ್ತಿನಲ್ಲಿ ಇದರ ದಿವ್ಯಚರಿತ್ರೆಯು ಪ್ರತ್ಯಕ್ಷವಾಗಿ ಇರಬೇಕು ಎಂದು ಚಿಂತಿಸುತ್ತಿರುವಾಗ ಬ್ರಹ್ಮನ ಬಳಿಗೆ ನಂದಿಕೇಶ್ವರನು ಆಗಮಿಸಿದ. ಅವನು ಚತುರ್ಮುಖ ಬ್ರಹ್ಮನಿಗೆ ನಾಟ್ಯವೇದವನ್ನು ಕಲಿಸಿದನು, ಮತ್ತು ಈ ನಾಟ್ಯವೇದದಲ್ಲಿ ಹೇಳಿದ ವಿಭಿನ್ನ ರೂಪಕಗಳ ಪೈಕಿ ಯಾವುದಾದರೂ ಒಂದನ್ನು ಸಮ್ಯಕ್ ವಿಧಾನದೊಂದಿಗೆ, ನೀವು ಭರತರ ಮುಖಾಂತರ ಪ್ರಯೋಗ

ಮಾಡಿಸಿರಿ. ಆ ರೂಪಕವನ್ನು ಅಭಿನಯ ಮಾಡಿದ ಮೇಲೆ ತಮಗೆ (ಶಿವನಿಗೆ) ಎಲ್ಲಾ ಪ್ರಾಕ್ತನ (ಹಿಂದಿನ) ಕರ್ಮಗಳು ಪ್ರತ್ಯಕ್ಷವಾಗಿ ಕಂಡುಬರುವವು ಎಂದು ಹೇಳಿದನು. ಹೀಗೆ ಹೇಳಿ ನಂದಿಕೇಶ್ವರನು ಅಂತರ್ಧಾನ ಹೊಂದಿದನು. ಬ್ರಹ್ಮನು ಪ್ರಸನ್ನನಾಗಿ, ಸರ್ವದೇವತೆಗಳನ್ನು ಒಟ್ಟಿಗೆ ಕರೆದುಕೊಂಡು ಭರತರಿಗೆ ತ್ರಿಪುರದಾಹ ಎಂಬ ರೂಪಕವನ್ನು ಅಭ್ಯಾಸ ಮಾಡಿಸಿದನು ಹಾಗೂ ಅದರ ಪ್ರಯೋಗ ಮಾಡುವಂತೆ ಅವರಿಗೆ ಹೇಳಿದನು. ಬ್ರಹ್ಮಸಭೆಯಲ್ಲಿ ರೂಪಕದ ಪ್ರಯೋಗವು ನಡೆಯುತ್ತಿದ್ದಾಗ ಅದನ್ನು ನೋಡುತ್ತಿದ್ದ ಬ್ರಹ್ಮನ ಮುಖದಿಂದ ನಾಲ್ಕು ವೃತ್ತಿಗಳೊಂದಿಗೆ ಶೃಂಗಾರಾದಿ ರಸಗಳು ಹೊರಬಂದವು. ಕಲಾವಿದರು ಶಿವ ಮತ್ತು ಉಮೆಯರ ಸಂಯೋಗದ ಅಭಿನಯ ಮಾಡಿದಾಗ ಕೈಶಿಕೀವೃತ್ತಿಯೊಂದಿಗೆ ಶೃಂಗಾರ ರಸವು ಉತ್ಪನ್ನವಾಯಿತು. ತ್ರಿಪುರ ಮರ್ದನದ ಅಭಿನಯ ಮಾಡಿದಾಗ ಸಾತ್ವತೀವೃತ್ತಿಯೊಂದಿಗೆ ಬಲಮುಖದಿಂದ ವೀರರಸ ಉಂಟಾಯಿತು. ದಕ್ಷಯಜ್ಞದ ವಿಧ್ವಂಸಕ ಅಭಿನಯವನ್ನು ಮಾಡಿದಾಗ ಆರಭಟೀವೃತ್ತಿ ಮತ್ತು ಪಡುಮೊಗದಿಂದ ರೌದ್ರರಸ ಉತ್ಪನ್ನವಾಯಿತು. ಶಿವನಿಂದ ಸಂಹಾರದ ಅಭಿನಯ ಮಾಡಿದಾಗ ಭಾರತೀವೃತ್ತಿ ಮತ್ತು ಉತ್ತರದ ಮುಖದಿಂದ ಭೀಭತ್ಸರಸ ಉಂಟಾಯಿತು. ಈ ರಸಗಳಿಂದ ಉಳಿದ ರಸಗಳು ಹುಟ್ಟಿದವು'. (ಭಾಪ್ರ. ಅಧಿ–೩ ಪು–೫೬–೭)

ವೈಷ್ಣವ ನಾಟ್ಯಶಾಸ್ತ್ರ

ನಾಟ್ಯಶಾಸ್ತ್ರದ ಇಪ್ಪತ್ತೆರಡನೆಯ ಅಧ್ಯಾಯದಲ್ಲಿ ವೃತ್ತಿಗಳ ಪ್ರಾದುರ್ಭಾವದ ವರ್ಣನೆ ಇದೆ. ಮಧು ಮತ್ತು ಕೈಟಭರನ್ನು ಸಂಹಾರ ಮಾಡುವ ಸಲುವಾಗಿ ವಿಷ್ಣು ಲಲಿತ ಅಂಗಹಾರಗಳನ್ನು ಮಾಡುತ್ತ ತನ್ನ ಶಿಖಾಪಾಶವನ್ನು ಕಟ್ಟಿದಾಗ ಅದರಿಂದ ಕೈಶಿಕೀ ವೃತ್ತಿಯು ಹುಟ್ಟಿತು. ಆಮೇಲೆ ಅವನು ಉದ್ಧತ ಗತಿಗಳಿಂದ ಆ ಅಸುರರತ್ತ ಧಾವಿಸಿದಾಗ ಅದರಿಂದ ಆರಭಟೀ ಉಂಟಾಯಿತು. ಅದೇ ಪ್ರಕಾರ ಅನ್ಯವೃತ್ತಿಗಳೂ ಪ್ರಾದುರ್ಭಾವವಾದವು. ವೃತ್ತಿಗಳು ನಾಟ್ಯದ ಮಾತೆಯರು. ವೃತ್ತಿಗಳ ಪ್ರಾದುರ್ಭಾವವೂ ವಿಷ್ಣುವಿನ ಲೀಲೆಯಿಂದಾಗಿದೆ. ಲೀಲೆಯ ಸಂಪೂರ್ಣ ವೃತ್ತವೇ ವೃತ್ತಿ. ವೃತ್ತಿಯಿಂದ ಹುಟ್ಟಿದ ನಾಟ್ಯವು ಲೀಲಾನಾಟ್ಯವಾಗುತ್ತದೆ.

ಬ್ರಹ್ಮನ ನಾಟ್ಯಶಾಸ್ತ್ರ, ಮಾಹೇಶ್ವರ ನಾಟ್ಯಶಾಸ್ತ್ರ ಹಾಗೂ ವೈಷ್ಣವ ನಾಟ್ಯಶಾಸ್ತ್ರ ಇವುಗಳ ತ್ರಿತಯಿಯಿಂದ ನಾಟ್ಯದ ಪ್ರಯೋಗ ಪರಂಪರೆಯಲ್ಲಿ ಮೂರು ಪ್ರಸ್ಥಾನಗಳಾದವು. ಬ್ರಹ್ಮನ ನಾಟ್ಯಶಾಸ್ತ್ರವು ಉದಾತ್ತ ಮತ್ತು ಭವ್ಯರಂಗಭೂಮಿಯನ್ನು ಅಪೇಕ್ಷಿಸುತ್ತದೆ. ಅದು ಸರಿಯಾಗಿ ನಿರ್ಮಿಸಿದ ನಾಟ್ಯಶಾಲೆಯಲ್ಲಿ ಸಾಧ್ಯ. ಅದರಿಂದಾಗಿ ಬ್ರಹ್ಮನೇ ನಾಟ್ಯಶಾಲೆಯ ನಿರ್ಮಾಣಕ್ಕೆ ನಿರ್ದೇಶನ ನೀಡುತ್ತಾನೆ.

ಶಿವನಂತೂ ಸ್ವಯಂ ದಿಗಂಬರ. ಅವನ ರಂಗಭೂಮಿಯು ದಿಗಂಬರವೇ ಆಗಿ ಉಳಿಯಿತು. ಊರು-ಕೇರಿಗಳಲ್ಲಿ, ಗಲ್ಲಿ-ಗಲ್ಲಿಗಳಲ್ಲಿ, ನಾಲ್ಕು ರಸ್ತೆಗಳು ಸೇರಿದಲ್ಲಿ, ಜನರು ಸೇರಿದಲ್ಲಿ, ತೆರೆದ ಬಾನಿನ ಕೆಳಗೆ ಮಾಡುವ ಪ್ರಯೋಗಗಳು ಮಾಹೇಶ್ವರ ನಾಟ್ಯಶಾಸ್ತ್ರ ಪರಂಪರೆಯ ಪ್ರಯೋಗಗಳಾಗಿರುತ್ತಿದ್ದವು. ವಿಷ್ಣುವಿನ ನಾಟ್ಯಶಾಸ್ತ್ರದ ಪರಂಪರೆಯು ಭಾಗವತಧರ್ಮದ್ದು. ಅದು ದೇವಳ ರಂಗಭೂಮಿಯಾಗಿದೆ.

ಇವು ಮೂರು ಪರಂಪರೆಗಳ ಮೇಲೆ ವಿಪುಲ ರಚನೆಗಳಾದವು. ಭಾಸ ಮತ್ತು ಕಾಲಿದಾಸ ಇವರು ರಂಗಸಾಲೆಗಾಗಿ ನಾಟಕಗಳನ್ನು ಬರೆಯುತ್ತಾರೆ. ಭಾಣ, ಪ್ರಹಸನಾದಿ ನಾಟಕಗಳು ಮತ್ತು ದೊಂಬಿ, ಶ್ರೀಗದಿತ, ಭಾಣೀ, ಪ್ರಸ್ಥಾನ, ರಾಸಕ, ಪ್ರೇಕ್ಷಣಕ ಮುಂತಾದ ಉಪರೂಪಕಗಳು ಸುಮಾರು ಐವತ್ತರಷ್ಟು ರಚನೆಯಾದವು. ಇವುಗಳ ರಚನಕಾರರು ದಿಗಂಬರ ರಂಗ ಅಥವಾ ಬಯಲು ರಂಗಭೂಮಿಗಾಗಿ ತಮ್ಮ ರೂಪಕಗಳನ್ನು ಅಥವಾ ಉಪರೂಪಕಗಳನ್ನು ಬರೆಯುತ್ತಾರೆ. ದೇವಾಲಯದ ಜಾತ್ರೆಯಲ್ಲಿ ನಡೆಯುವ ಮಹೋತ್ಸವದ ಸಂದರ್ಭದಲ್ಲಿ ಮಂದಿರದ ಪ್ರಾಂಗಣದ ವಿಶಾಲ ಜನಸಮೂಹದೆದುರಿಗೆ ಆಡುವ ದೃಷ್ಟಿಯಿಂದ ಭವಭೂತಿ, ಮುರಾರಿ ಮುಂತಾದವರು ನಾಟಕಗಳನ್ನು ಬರೆಯುತ್ತಾರೆ.

ನಾಟ್ಯದ ಚತುಷ್ಟಯೀ

ನಾಟ್ಯ ಸಂಗ್ರಹದಲ್ಲಿ ಹನ್ನೊಂದು ತತ್ವಗಳಿವೆ. ಇವುಗಳ ಪರಸ್ಪರ ಸಂಬಂಧವನ್ನು ಚತುಷ್ಟಯಿಯ ಮೂಲಕ ಈ ಪ್ರಕಾರ ತೋರಿಸಬಹುದು:

ಪುರುಷಾರ್ಥಗಳು	ಕಾಮ	ಧರ್ಮ	ಅರ್ಥ	ಮೋಕ್ಷ
ರಸಗಳು	ಶೃಂಗಾರ	ವೀರ	ರೌದ್ರ	ಭೀಭತ್ಸ
ಅವಾಂತರ ರಸಗಳು	ಹಾಸ್ಯ	ಅದ್ಭುತ	ಕರುಣ	ಭಯಾನಕ
ಅಭಿನಯಗಳು	ಆಹಾರ್ಯ	ವಾಚಿಕ	ಆಂಗಿಕ	ಸಾತ್ವಿಕ
ವೃತ್ತಿಗಳು	ಕೈಶಿಕೀ	ಭಾರತೀ	ಆರಭಟೀ	ಸಾತ್ವತೀ
ಪ್ರವೃತ್ತಿಗಳು	ದಾಕ್ಷಿಣಾತ್ಯಾ	ಆವಂತೀ	ಮಾಗಧೀ	ಪಾಂಚಾಲೀ
ನಾಯಕರು	ಧೀರಲಲಿತ	ಧೀರೋದಾತ್ತ	ಧೀರೋದ್ಧತ	ಧೀರಶಾಂತ
ವಾದ್ಯಕಾರರು	ಸುಷಿರ	ತತ	ಘನ	ಅವನದ್ಧ

ನಾಟ್ಯದ ಪಂಚತಯೀ:

ನೃತ್ತಂ ಗೀತಂ ಅಭಿನಯತ್ರಯಮಿತಿ ಪಂಚಾಗಂ ನಾಟ್ಯಮ್ – ಹೀಗೆ ನಾಟ್ಯದ ಐದು ಅಂಗಗಳನ್ನು ಹೇಳಲಾಗಿದೆ. ಈ ಪಂಚಾತ್ಮಕತೆಯು ಸಮಗ್ರ ನಾಟ್ಯಪ್ರಪಂಚದಲ್ಲಿ ಹಾಸು–ಹೊಕ್ಕಾಗಿದೆ. ಐದು ಸಂಧಿಗಳಿವೆ, ಐದು ಅರ್ಥ ಪ್ರಕೃತಿಗಳಿವೆ ಮತ್ತು ಐದು ಅವಸ್ಥೆಗಳಿವೆ.

ನಾಟ್ಯ ಮತ್ತು ನಾಟ್ಯವೇದ:

ನಾಟ್ಯವು ವೇದಸಮ್ಮಿತ ಎಂದು ಹೇಳಲಾಗಿದೆ (೧.೪) ಮತ್ತು ವೇದರೂಪ ಎಂದೂ ಹೇಳಿದೆ. ನಾಟ್ಯಶಾಸ್ತ್ರದ ಆರಂಭದಲ್ಲಿಯೇ ಭರತಮುನಿಯೊಂದಿಗೆ 'ನಾಟ್ಯವೇದವು ಹೇಗೆ ಉತ್ಪತ್ತಿಯಾಯಿತು?' ಎಂದು ಋಷಿಗಳ ಪ್ರಶ್ನೆಯಿದೆ. (೧.೪) ಭರತನು ಕಥೆಯ ರೂಪದಲ್ಲಿ ಅವರಿಗೆ ನಾಟ್ಯವೇದವನ್ನು ಹೇಳುತ್ತಾನೆ. (೧.೬)– ಬ್ರಹ್ಮನಿಂದ ನಿರ್ಮಿತವಾದ ನಾಟ್ಯವೇದವು ಹೇಗೆ ಉತ್ಪನ್ನವಾಯಿತು ಎಂಬುದನ್ನು ಕೇಳಿರಿ (೧.೪) ಬ್ರಹ್ಮನು ಚತುರ್ವೇದಾಂಗ ಸಂಭವವಾದ ನಾಟ್ಯವೇದವನ್ನು ಸೃಷ್ಟಿ ಮಾಡಿದನು (೧.೧೬) ಈ ನಾಟ್ಯವೇದವು ವೇದಗಳು ಮತ್ತು ಉಪವೇದಗಳೊಂದಿಗೆ ಸಂಬದ್ಧವಾಗಿದ್ದಿತು (೧.೧೭) ಈ ನಾಟ್ಯವೇದವನ್ನು ಸೃಷ್ಟಿ ಮಾಡಿ ಬ್ರಹ್ಮನು ಇಂದ್ರನಿಗೆ 'ನಾನು ಇತಿಹಾಸವನ್ನು ಸೃಷ್ಟಿ ಮಾಡಿಕೊಟ್ಟಿದ್ದೇನೆ. ಈ ನಾಟ್ಯವೇದವನ್ನು ಕುಶಲರೂ ವಿದಗ್ಧರೂ, ಪ್ರಗಲ್ಭರೂ ಹಾಗೂ ಜಿತಶ್ರಮರೂ ಆಗಿರುವ ಜನರಲ್ಲಿ ಹಬ್ಬಿಸು' (೧.೨೦) ಎಂದು ಹೇಳಿದನು. ಆ ಬಳಿಕ ಭರತನು ಪಿತಾಮಹನಿಂದ ಈ ನಾಟ್ಯವೇದವನ್ನು ಕಲಿತು ಅದನ್ನು ತನ್ನ ಮಕ್ಕಳಿಗೆ ಕಲಿಸಿದನು. (೧.೨೫) ಇಂದ್ರಮಹದ ಸಂದರ್ಭದಲ್ಲಿ ನಾಟ್ಯವೆಂಬ ವೇದವನ್ನು ಪ್ರಯೋಗ ಮಾಡುವಂತೆ ಬ್ರಹ್ಮನು ಭರತನಿಗೆ ಅದೇಶಿಸಿದನು. (೧.೫೫) ಆ ಪ್ರಯೋಗದಿಂದ ಅಸುರರು ಖಿನ್ನರಾಗಿ 'ಈ ನಾಟ್ಯವೇದವು ನಮಗೊಂದು ಸವಾಲಾಗಿದೆ' ಎಂದು ಹೇಳಿದರು (೧.೧೦೩) 'ನನ್ನಿಂದ ರಚಿತವಾಗಿರುವ ನಾಟ್ಯವೇದವು ಶುಭಾಶುಭ ಕಲ್ಪಕವಾಗಿದೆ ಮತ್ತು ಕರ್ಮ, ಭಾವ ಹಾಗೂ ಅನ್ವಯ (ಪರಿಶ) ಗಳನ್ನು ಅಪೇಕ್ಷಿಸುವಂತಹದ್ದಾಗಿದೆ' ಎಂದನು (೧.೧೦೬) ಹೀಗೆ ನಾಟ್ಯಶಾಸ್ತ್ರದ ಪ್ರಥಮ ಅಧ್ಯಾಯದಲ್ಲಿ ಹದಿಮೂರು ಬಾರಿ ಮತ್ತು ಕೊನೆಯ ಅಧ್ಯಾಯದಲ್ಲಿ ನಾಟ್ಯದ ಪರ್ಯಾಯವಾಗಿ ನಾಟ್ಯವೇದ ಎಂಬ ಶಬ್ದವು ಪರ್ಯಾಯವಾಗಿ ಬಳಕೆಯಾಗಿದೆ.

ಇಂದ್ರನದೂ ಶ್ರೀಯುಕ್ತವಾದ ಧ್ವಜಮಹ(ಇಂದ್ರಧ್ವಜೋತ್ಸವ) ನಡೆಯುತ್ತದೆ. ಇದರಲ್ಲಿಯೇ ನಾಟ್ಯವೆಂಬ ವೇದದ ಪ್ರಯೋಗವಾಗಲಿ. ಅಸುರರನ್ನು ಹಾಗೂ ದಾನವರನ್ನು ಸದೆಬಡಿಯುವ ಉದ್ದೇಶದಿಂದ ಆಯೋಜಿತವಾದ ಆ ಧ್ವಜಮಹದಲ್ಲಿ ನಾಟ್ಯವೇದದ ಪ್ರಯೋಗವನ್ನು ಮಾಡುವಾಗ ಮೊದಲಿಗೆ ನಾನು ಆಶೀರ್ವಚನ-ಯುಕ್ತವಾದ ನಾಂದಿಯನ್ನು ಮಾಡಿದೆ. ಅನಂತರ ದೇವತೆಗಳು ಹೇಗೆ ದೈತ್ಯರನ್ನು ಜಯಿಸಿದರೆಂಬುದರ ಅನುಕೃತಿ ಮಾಡಿದೆ. ಈ ಪ್ರಯೋಗದಿಂದ ಪ್ರಸನ್ನರಾದ ಬ್ರಹ್ಮಾದಿ ದೇವತೆಗಳು ನನ್ನ ಮಕ್ಕಳಿಗೆ (ನಾಟ್ಯಕ್ಕೆ ಬೇಕಾದ) ಉಪಕರಣಗಳನ್ನು ನೀಡಿದರು. ಮೊಟ್ಟ ಮೊದಲು ಇಂದ್ರನು ಪ್ರಸನ್ನನಾಗಿ ಭೃಂಗಾರವನ್ನು, ಸೂರ್ಯನು ಛತ್ರವನ್ನು, ಶಿವನು ಸಿದ್ಧಿಯನ್ನು, ವಾಯು ವ್ಯಜನವನ್ನು, ವಿಷ್ಣುವು ಸಿಂಹಾಸನವನ್ನು, ಕುಬೇರನು ಮುಕುಟವನ್ನು, ಸರಸ್ವತಿಯು ಮನನೀಯ ಶ್ರಾವ್ಯತ್ವವನ್ನು ನೀಡಿದರು. ಉಳಿದ ದೇವತೆಗಳು, ಗಂಧರ್ವರು, ಯಕ್ಷರು, ರಾಕ್ಷಸರು ಮತ್ತು ಪನ್ನಗರು ತಮ್ಮ ತಮ್ಮ ಜಾತಿಯ ಪ್ರಸಿದ್ಧ ಗುಣಗಳನುಸಾರ ವಾಣಿ, ರಸ, ಬಲಾದಿಗಳ ಅಂಶವನ್ನು ನೀಡಿದರು.(೧.೧೬-೬೩)

ಈ ಪ್ರಕಾರ (ನಾಟ್ಯದ ಉಪಕರಣಗಳ ವ್ಯವಸ್ಥೆಯಾದ ಮೇಲೆ) ಪ್ರಯೋಗವು ಶುರುವಾಯಿತು. (ಅದನ್ನು ನೋಡಿ) ಅಲ್ಲಿ ನೆರೆದಿದ್ದ ದೈತ್ಯರು ಕ್ಷುಬ್ಧಗೊಂಡರು. ಅವರು ವಿರೂಪಾಕ್ಷಾದಿ ವಿಘ್ನಗಳನ್ನು (ಅಸುರರನ್ನು) ಹುರಿದುಂಬಿಸುತ್ತ 'ಈ ಪ್ರಯೋಗವನ್ನು ನಾವು ಸಹಿಸಲಾರೆವು ಬನ್ನಿರಿ' ಎಂದರು. ಆಗ ಅಸುರರೊಂದಿಗೆ ವಿಘ್ನಗಳು ಮಾಯೆಯನ್ನಾಶ್ರಯಿಸಿ ನಾಟ್ಯವನ್ನು ಮಾಡುವವರ (ತನ್ನ ಮಕ್ಕಳ) ವಾಣಿ, ಕ್ರಿಯೆ, ಸ್ಮೃತಿಗಳನ್ನು ಸ್ತಬ್ಧಗೊಳಿಸಿಬಿಟ್ಟರು. ಈ ವಿಧ್ವಂಸವನ್ನು ಕಂಡು ಪ್ರದರ್ಶನದಲ್ಲಿ ಇಂತಹ ವಿಷಮತೆಯು ಹೇಗಾಯಿತು? ಎಂದು ದೇವರಾಜ ಇಂದ್ರನು ಚಿಂತಿಸಿದನು. ಆಗ ಅವನು ವಿಘ್ನಗಳು ಮಸಗಿ (ತೀವ್ರಗೊಂಡು) ನಷ್ಟಸಂಜ್ಞನಾಗಿರುವ ಮತ್ತು ಜಡನಾಗಿರುವ ಸೂತ್ರಧಾರನನ್ನು ಕಂಡನು. ಇಂದ್ರನಾಗ ಲಗುಬಗೆಯಿಂದ ಎದ್ದು ಉತ್ತಮವಾದ ಧ್ವಜವನ್ನು ತೆಗೆದು ಕೊಂಡನಲ್ಲದೇ ರಂಗಪೀಠದ ಮೇಲೆರಗಿರುವ ವಿಘ್ನಗಳನ್ನು ತನ್ನ ಜರ್ಜರದಿಂದ ಜರ್ಜರಿತಗೊಳಿಸಿದನು. (೧.೬೪-೭೦)

ಇಷ್ಟಾದ ಮೇಲೆ ಜರ್ಜರವನ್ನು ದೇವತೆಗಳು ಪ್ರಶಂಸೆ ಮಾಡಿದರು. ಆದರೆ ಇದರ ಬಳಿಕವೂ ವಿಘ್ನಗಳು ಅಥವಾ ಅಸುರರು ನಾಟ್ಯಪ್ರಯೋಗದಲ್ಲಿ ತೊಂದರೆ ಕೊಡುತ್ತ ಇದ್ದರು. ಆಗ ಭರತನು ಮತ್ತೆ ಬ್ರಹ್ಮನ ಬಳಿಗೆ ತೆರಳಿ ರಕ್ಷಣೆಗಾಗಿ ಉಪಾಯ ಮಾಡುವಂತೆ ವಿನಂತಿಸಿದನು. ಆಗ ಬ್ರಹ್ಮನು ವಿಶ್ವಕರ್ಮನನ್ನು ಕರೆದು ನಾಟ್ಯಶಾಲೆಯನ್ನು ನಿರ್ಮಿಸುವಂತೆ ಆದೇಶಿಸಿದನು. (೧.೭೧-೮೦)

ನಾಟ್ಯ ಮತ್ತು ಪುರುಷಾರ್ಥಗಳು

ಧರ್ಮ, ಅರ್ಥ, ಕಾಮ ಮತ್ತು ಮೋಕ್ಷ ಈ ಪುರುಷಾರ್ಥಗಳನ್ನು ಮನುಷ್ಯನ ಜೀವನದ ಗುರಿಯೆನ್ನಲಾಗಿದೆ. ಈ ನಾಲ್ಕೂ ಪುರುಷಾರ್ಥಗಳ ಸಿದ್ಧಿಯನ್ನು ನಾಟ್ಯವೂ ಮಾಡಿಸುತ್ತದೆ. ಯಾವುದೇ ನಾಟ್ಯಪ್ರಯೋಗದಲ್ಲಿ ಇವುಗಳಲ್ಲಿ ಒಂದಲ್ಲ ಒಂದು ಪುರುಷಾರ್ಥವು ಪ್ರಧಾನವಾಗಿರಬಹುದು. ಉಳಿದವು ಅದರೊಂದಿಗೆ ಅನ್ವಿತವಿರುವವು. (ಕೂಡಿರುವುದು)

ಪುರುಷಾರ್ಥದ ಕಲ್ಪನೆಯು ಮಾನವ ಜೀವನದ ಸರ್ವಾಂಗೀಣ ರೂಪವನ್ನು ಪ್ರಸ್ತುತಪಡಿಸುತ್ತದೆ. ಇದು ಜೀವನದ ಪರಿಪೂರ್ಣತೆಯ ಅಂಗೀಕಾರವಾಗಿದೆ. ನಾಟ್ಯವೂ ಕೂಡ ಲೋಕದ ಮತ್ತು ಮನುಷ್ಯನ ಜೀವನವನ್ನು ಸಮಗ್ರವಾಗಿ ಮುಂದಿರಿಸುತ್ತದೆ. ಆದುದರಿಂದ ನಾಟ್ಯದ ಸಂಬಂಧವು ಪುರುಷಾರ್ಥದೊಂದಿಗೆ ಅವಿಭಾಜ್ಯವಾಗಿದೆ. ಭರತನು ನಾಟ್ಯದ ಆಂತರಿಕ ಸಂರಚನೆಯಲ್ಲಿ ಸರ್ವ ಪುರುಷಾರ್ಥಗಳ ಸಮಾವೇಶವನ್ನು ಸ್ವೀಕಾರ ಮಾಡಿರುವನು. ನಾಟ್ಯವೇದವನ್ನು ಧರ್ಮ, ಅರ್ಥ, ಯಶಸ್ಸು ಮತ್ತು ಸೋಪದೇಶ ಹಾಗೂ ಸಸಂಗ್ರಹವೆಂದು ಹೇಳಲಾಗಿದೆ. ಅದರಲ್ಲಿ ಭವಿಷ್ಯದ ಜಗತ್ತಿನ ಅನುದರ್ಶನವೂ ಸಿಗುತ್ತದೆ. ಅದು ಸರ್ವಶಾಸ್ತ್ರಗಳ ತತ್ತ್ವಗಳಿಂದ ಸಮನ್ವಿತವಾಗಿದೆ ಮತ್ತು ಸರ್ವಶಿಲ್ಪಗಳ ಪ್ರವರ್ತನೆ ಮಾಡುವದಾಗಿದೆ (೧.೧೪-೧೫).

ನಾಟ್ಯದಲ್ಲಿ ಸರ್ವಪುರುಷಾರ್ಥಗಳೂ ಆಂತರಿಕವಾಗಿ ಹಾಸು-ಹೊಕ್ಕಾಗಿರುತ್ತವೆ. ಆದರೆ ಪ್ರೇಕ್ಷಕರಾದವರು ತಮ್ಮ-ತಮ್ಮ ರುಚಿಗನುಸಾರ ಯಾರಿಗೆ ಯಾವುದನ್ನು ಗ್ರಹಿಸಲು ಸಾಧ್ಯವೋ ಅದನ್ನು ಗ್ರಹಿಸುತ್ತಾರೆ. ನಾಟ್ಯದಲ್ಲಿ ಕೆಲವೆಡೆ ಧರ್ಮವಿದೆ, ಕೆಲವೆಡೆ ಕ್ರೀಡೆಯಿದೆ, ಕೆಲವೆಡೆ ಕಾಮವಿದೆ, ಕೆಲವೆಡೆ ವಧೆಯಿದೆ. ದುರ್ವಿನೀತರ ದಮನಕ್ರಿಯೆ ಮತ್ತು ವಿನೀತರ ಆಸರೆಯಾಗಿದೆ. ಇದು ಹೇಡಿಗಳಲ್ಲಿ ಧಾರ್ಷ್ಟ್ಯವನ್ನುಂಟುಮಾಡುತ್ತದೆ, ಶೂರರ ಉತ್ಸಾಹವಾಗಿದೆ, ಅಜ್ಞಾನಿಗಳಿಗೆ ಬೋಧೆಯಾಗಿದೆ ಮತ್ತು ವಿದ್ವಾಂಸರ ಮೈದುಷ್ಯವಾಗಿದೆ (೧.೧೦೮-೧೧೦).

ಚತುರ್ವಿಧ ಪುರುಷಾರ್ಥಗಳ ಸವಾಕಾರತೆಯು (ಸಮತ್ವಯತೆ) ಕಾರಣದಿಂದಲೇ ನಾಟ್ಯದ ಅನೇಕ ಅಂಗಗಳನ್ನು ನಾಲ್ಕು- ನಾಲ್ಕರಲ್ಲಿ ಪರಿಕಲ್ಪನೆ ಮಾಡಲಾಗಿದೆ. ನಾಲ್ಕು ಮೂಲ ರಸಗಳು-ಇವುಗಳ ಸಂಬಂಧವು ನಾಲ್ಕು ಪುರುಷಾರ್ಥಗಳಿಗೆ ಹೊಂದುತ್ತದೆ (ನೋಡಿ-ರಸ; ರಸ ಮತ್ತು ಪುರುಷಾರ್ಥ) ನಾಲ್ಕು ವೃತ್ತಿಗಳ ಸಂಬಂಧವೂ ಕ್ರಮವಾಗಿ ಪುರುಷಾರ್ಥಗಳೊಂದಿಗಿದೆ. (ನೋಡಿ-ವೃತ್ತಿ) ಧೀರೋದಾತ್ತ, (ಧರ್ಮ) ಧೀರಲಲಿತ (ಕಾಮ) ಧೀರೋದ್ಧತ (ಅರ್ಥ)

ಧೀರಶಾಂತ (ಮೋಕ್ಷ) – ಈ ನಾಲ್ಕು ವಿಧದ ನಾಯಕರಿಗೂ ಕ್ರಮವಾಗಿ ನಾಲ್ಕು ಪುರುಷಾರ್ಥಗಳೇ ಕಾಮ್ಯವಾಗಿವೆ.

ಅಭಿನವಗುಪ್ತರು ಬೇರೆ–ಬೇರೆ ಬಗೆಯ ನಾಯಕರ ಮತ್ತು ಪ್ರತಿನಾಯಕರ ಚರಿತ್ರದ ಮೂಲಕ ನಾಟ್ಯದಲ್ಲಿ ಪ್ರೇಕ್ಷಕನ ರಸಾನುಭೂತಿ ಹಾಗೂ ಪುರುಷಾರ್ಥಗಳಲ್ಲಿ ಉಂಟಾಗುವ ಪ್ರವೃತ್ತಿಗಳ ಮೇಲೆ ಬೆಳಕು ಚೆಲ್ಲುತ್ತ ಹೇಳುತ್ತಾರೆ.

ಹೃದಯಾನುಪ್ರವೇಶಂ ವಿದಧದ್ ಧರ್ಮಾದಿ ಚತುಷ್ಕೋಪಾಯೋಪಾದೇಯಮಧರ್ಮಾದಿಭ್ಯಶ್ಚ
ನಿರ್ವೃತಿಂ ನಿರ್ವಿಶಂಕಂ ವಿಧತ್ತ ಇತ್ಯಸ್ಮಾಕಮಧಿಗತ ಶ್ರುತಿವಚನಾಮಪಿ ಪ್ರತ್ಯಕ್ಷ ಸಿದ್ಧಮೇವೈತತ್। (ಅಭಿಭಾ–ಭಾ–೧, ಪು–೭)

ನಾಟ್ಯದಲ್ಲಿಯ ರಸಾಸ್ವಾದದ ಪ್ರಕ್ರಿಯೆಯಲ್ಲಿ ಅನಿವಾರ್ಯವಾಗಿ ಸಂಸ್ಕಾರಗಳ ಅನುವೇಧವು ಇರುತ್ತದೆ. ಒಳ್ಳೆಯದರ ಪ್ರೇಪ್ಸಾ (ಪ್ರಾಪ್ತಿಯ ಇಚ್ಛೆ) ಮತ್ತು ಕೆಟ್ಟದ್ದರ ಜಿಹಾಸಾ (ಬಿಡುವ ಬಯಕೆ) ಇವುಗಳ ವೃತ್ತಿಗಳು ರಸಾಸ್ವಾದಜನಕ ಚಿತ್ತವೃತ್ತಿಯಲ್ಲಿ ಸಹಜವಾಗಿ ಹಾಸು–ಹೊಕ್ಕಾಗಿರುತ್ತವೆ. ಇದರ ಕಾರಣದಿಂದ ನಾಟ್ಯದಲ್ಲಿ ಒಳ್ಳೆಯದನ್ನು ಸ್ವೀಕಾರ ಮಾಡುತ್ತಾನೆ ಮತ್ತು ಕೆಟ್ಟದ್ದನ್ನು ಬಿಟ್ಟುಬಿಡುತ್ತಾನೆ. (ಅದೆ. ಪು–೩೭).

ವಾಸ್ತವಿಕವಾಗಿ ಪುರುಷಾರ್ಥಗಳ ಕಲ್ಪನೆಯು ನಾಟ್ಯಶಾಸ್ತ್ರಕಾರನ ಮನಸ್ಸಿನಲ್ಲಿ ಓತ–ಪ್ರೋತವಾಗಿದೆ. ರಸವು ರಂಜನೆಗೆ ಅಥವಾ ಆಸ್ವಾದಕ್ಕಾಗಿಯಷ್ಟೇ ಅಲ್ಲ, ಪುರುಷಾರ್ಥಸಿದ್ಧಿಯಲ್ಲಿ ಅದರ ಪರಿಣತಿಯಿರಬೇಕು. ಹಾಗಾಗಿ ಶೃಂಗಾರ ರಸದಲ್ಲಿಯೂ ಧರ್ಮಶೃಂಗಾರ, ಅರ್ಥಶೃಂಗಾರ ಮತ್ತು ಕಾಮಶೃಂಗಾರ– ಹೀಗೆ ಮೂರು ಪ್ರಕಾರಗಳನ್ನು ಭರತಮುನಿಯು ಹೇಳುತ್ತಾನೆ. ಮುಂದೆ ಭೋಜನು ಇವುಗಳಲ್ಲಿ ನಾಲ್ಕನೆಯದಾಗಿ ಮೋಕ್ಷ ಶೃಂಗಾರವನ್ನೂ ಸೇರಿಸಿದ್ದಾನೆ.

ಉಪಚಾರದ (ಸ್ತ್ರೀ–ಪುರುಷರ ಪ್ರಣಯದಾಟದಲ್ಲಿ ಅವರ ಪಾರಸ್ಪರಿಕ ಸಂಬಂಧ) ನಿರೂಪಣೆಯಲ್ಲಿ, ಒಂದು ವೇಳೆ ನಾಯಿಕೆಯು ಕೋಪಗೊಂಡಿದ್ದಾಳೆ, ಪ್ರಿಯಕರನ ಸಂಗಡ ಆಕೆಗೆ ಮಾತನಾಡುವುದಿದೆ. ಅಂದಾಗ ಧರ್ಮದ, ಅರ್ಥದ ಅಥವಾ ಕಾಮದ ಯೋಗವು ಇರುವಾಗ, ಇಂತಹ ಸ್ಥಿತಿಯಲ್ಲಿಯೂ ಅವಳು ಮಾತನಾಡಬೇಕು ಎನ್ನುತ್ತಾನೆ ಭರತಮುನಿ (೨೨.೨೬೨). ಧರ್ಮ, ಅರ್ಥ ಮತ್ತು ಕಾಮದ ಅಭಿರುಚಿಯನ್ನಿರಿಸುವದು ಬೇರೆ ಬೇರೆ ಪ್ರಕಾರದ ನಾಯಿಕೆಯರಿಗೂ ಅಗತ್ಯವೆಂದು ಹೇಳಲಾಗಿದೆ. (ಅದೇ–೨೪.೮೦)

ಯಾವುದೇ ಪಾತ್ರವು ಧರ್ಮಕ್ಕೆ ಸಂಬಂಧಿಸಿದ ಕರ್ಮವನ್ನು ಮಾಡುತ್ತಿರುವಾಗ ಆ ಸಮಯದಲ್ಲಿ ಅದರ ವೇಷವು ಶುದ್ಧವಾಗಿರಬೇಕು.

ಧರ್ಮಕ್ಕೆ ತಪಸ್ಸು ಅಗತ್ಯವಾಗಿದೆ; ಸುಖಕ್ಕೆ ಧರ್ಮವು ಅಗತ್ಯವಾಗಿದೆ; ಮತ್ತು ಸುಖದ ಮೂಲವು ಹೆಣ್ಣು (೨೨.೧೪೮) ಹೀಗೆ ಧರ್ಮದ ಅವಿಭಾಜ್ಯ ಸಂಬಂಧವು ಕಾಮದೊಂದಿಗಿದೆ.

ಜಗತ್ತಿನಲ್ಲಿ ಧರ್ಮ, ಅರ್ಥ ಮತ್ತು ಕಾಮ – ಈ ಮೂರು ಪುರುಷಾರ್ಥಗಳಿಗೆ ಸಂಬಂಧಿಸಿ, ಒಳ್ಳೆಯ ಮತ್ತು ಕೆಟ್ಟ ವ್ಯವಸಾಯಗಳು ನಡೆಯುತ್ತಿರುತ್ತವೆ. ಇವುಗಳಲ್ಲಿ ಅವಿಚಲಿತನಾಗಿರುವಿಕೆಯು ಸ್ಥೈರ್ಯವೆನಿಸುತ್ತದೆ. ಅದು ವ್ಯಕ್ತಿಯ ಸಾತ್ವಿಕ ಅಲಂಕಾರಗಳಲ್ಲಿ ಪರಿಗಣಿತವಾಗಿದೆ. (೨೨.೩೮)

ಶೀಲದ ದೃಷ್ಟಿಯಿಂದ ಕೂಡಾ, ಪುರುಷಾರ್ಥದ ಸಂಬಂಧವನ್ನು ಪ್ರೇಕ್ಷಕರೊಂದಿಗೆ ಹೇಳಲಾಗಿದೆ. (೧೭.೨೭) ಯುವಜನರು ಕಾಮದ ಚಿತ್ರಣವನ್ನು ನೋಡಿ ಸಂತುಷ್ಟರಾಗುವರು, ಅರ್ಥಪರಾಯಣರು ಅರ್ಥದ ಚಿತ್ರಣವನ್ನು ನಾಟ್ಯದಲ್ಲಿ ಕಾಣಬಯಸುತ್ತಾರೆ. ವಿರಾಗಿಗಳು ಮೋಕ್ಷದ ವರ್ಣನೆಯನ್ನು ನಾಟ್ಯದಲ್ಲಿ ನೋಡಬಯಸುತ್ತಾರೆ. ವಿದ್ವಾಂಸರು ಧರ್ಮದ ಚರ್ಚೆಯನ್ನು ಇಲ್ಲವೇ ಪುರಾಣದ ಕಥನವನ್ನು ಕೇಳಿ/ನೋಡಿ ತೃಪ್ತರಾಗುತ್ತಾರೆ. (೨೭.೫೮–೫೯)

ತ್ರಿವರ್ಗವು ನಾಟ್ಯದ ಕಾರ್ಯವೆಂದು (ಧರ್ಮಾರ್ಥಕಾಮಗಳು ನಾಟ್ಯದ ಪ್ರಯೋಜನವೆಂದು) ತಿಳಿಸುತ್ತ ಧನಂಜಯನು:

ಕಾರ್ಯಂ ತ್ರಿವರ್ಗತಚ್ಛುದ್ಧಮೇಕಾನೇಕಾನುಬಂಧಿ ಚ॥ (ದ.ರೂ. ೧.೧೬)

ಎಂದಿದ್ದಾನೆ. ಧರ್ಮ, ಅರ್ಥ, ಕಾಮ–ಈ ಮೂರರಲ್ಲಿ ಯಾವುದಾದರೂ ಶುದ್ಧರೂಪದಲ್ಲಿ ಅಥವಾ ಏಕಾಂಗಿಯಾಗಿಯೂ ಕಾರ್ಯವಾಗಬಹುದು. ಇಲ್ಲವೇ ಒಂದು ಅಥವಾ ಎರಡರ ಅನುಬಂಧದೊಂದಿಗೆ ಕೂಡಾ ಯಾವುದಾದರೂ ಕಾರ್ಯವಾಗಬಹುದು.

ನಾಟ್ಯವು ಒಳಿತು ಮತ್ತು ಕೆಡುಕುಗಳ ವಿವೇಕವನ್ನು ಕೊಡುತ್ತದೆ. ಆದುದರಿಂದ ಅದರ ಮಾಧ್ಯಮದಿಂದ ಪುರುಷಾರ್ಥದ ಪ್ರಾಪ್ತಿಯು ಅವಶ್ಯವಾಗಿ ಆಗುತ್ತದೆ. ನಾಟ್ಯಶಾಸ್ತ್ರದಲ್ಲಿ ಬ್ರಹ್ಮನ ಮುಖದಿಂದ–

ಭವತಾಂ ದೇವತಾನಾಂ ಚ ಶುಭಾಶುಭವಿಕಲ್ಪಕಃ।
ಕರ್ಮಭಾವಾನ್ವಯಾಪೇಕ್ಷೀ ನಾಟ್ಯವೇದೋಮಯಾ ಕೃತಃ॥ (೧.೧೦೬)

ಎಂದು ಹೇಳಿಸಲಾಗಿದೆ.

ಶಾರದಾತನಯನು ನಾಟಕವನ್ನು ಉಪಲಕ್ಷಣದಿಂದ ನಾಟ್ಯದ್ದೇ ಪರ್ಯಾಯ ಎಂದು ತಿಳಿಸುತ್ತಾ 'ನಾಟಕವು ಸುಪ್ರಯುಕ್ತವಾದಾಗ ಪ್ರೇಕ್ಷಕ, ನಟ, ಪ್ರಾಶ್ನಿಕ ಮತ್ತು ಕವಿ, ಭುಕ್ತಿ ಮತ್ತು ಮುಕ್ತಿಯ ಸಲುವಾಗಿರುತ್ತದೆ' ಎಂದಿದ್ದಾನೆ.

ನಾಟ್ಯಶಾಸ್ತ್ರದಲ್ಲಿ ನಿಗಮಾಗಮಗಳ ಸಮನ್ವಯ:

ನಾಟ್ಯಶಾಸ್ತ್ರದಲ್ಲಿ ಮುನಿಗಳು ಭರತಮುನಿಯಲ್ಲಿ ನಾಟ್ಯದ ಪ್ರಮಾಣವನ್ನು ಕೇಳುತ್ತಾರೆ.

ಭರತಮುನಿಯು ಹೇಳುತ್ತಾನೆ:

ಲೋಕೋ ವೇದಸ್ತಥಾಧ್ಯಾತ್ಮಂ ಪ್ರಮಾಣಂ ತ್ರಿವಿಧಂ ಸ್ಮೃತಮ್।

ನಾಟ್ಯಶಾಸ್ತ್ರದ ಈ ಪ್ರಮಾಣ ಮೀಮಾಂಸೆಯಲ್ಲಿ ನಿಗಮಾಗಮಗಳ ಸಮನ್ವಯದ ಪೀಠಿಕೆಯೂ ಸೇರಿದೆ.

ಋಗ್ವೇದ ಮತ್ತು ಯಜುರ್ವೇದದ ಋಷಿಗಳು ಹೇಳುತ್ತಾರೆ-

ಪಶ್ಯ ದೇವಸ್ಯ ಕಾವ್ಯಂ ನ ಮಮಾರ ನ ಜೀರ್ಯತಿ.

ವೈದಿಕ ವಿಶ್ವಪ್ರಜ್ಞೆಯು ಜಗತ್ತನ್ನು ಪರಮಾತ್ಮನು ರಚಿಸಿದ ಕವಿತೆಯ ರೂಪದಲ್ಲಿ ಕಾಣುತ್ತದೆ. (ದೇವಸ್ಯ ಕಾರ್ಯಂ ನ ಮಮಾರ ನ ಜೀರ್ಯತಿ) ಶತಪಥ ಬ್ರಾಹ್ಮಣ ಮತ್ತು ಬೃಹದಾರಣ್ಯಕ ಉಪನಿಷತ್ತುಗಳಲ್ಲಿ (ಶತಪಥ ಬ್ರಾಹ್ಮಣ ೭.೨.೨.೧೭; ಬೃಹದಾರಣ್ಯಕ ಉಪನಿಷತ್ತು.೧.೫.೧೪) ಪ್ರಜಾಪತಿಯ ಹದಿನಾರು ಕಲೆಗಳ ವಿವರಣೆಯಿದೆ. ಅದು ಕಾಲದ ಅಥವಾ ಸಮಯಚಕ್ರದ ಮುಖಾಂತರ ನಿರ್ಮಿಸಿದ ಕವಿತೆ. ಆದರೆ ಈ ಕವಿತೆಯನ್ನು ಕವಿ ಇಲ್ಲವೇ ಕಲಾವಿದನು ತನ್ನ ಕೃತಿಯಲ್ಲಿ ಹೊಸಬಗೆಯಿಂದ ನಿರ್ಮಿಸುತ್ತಾನೆ ಮತ್ತು ಪ್ರಸ್ತುತಪಡಿಸುತ್ತಾನೆ. ಈ ದೃಷ್ಟಿಯಿಂದ ಐತರೇಯ ಮಹೀದಾಸನು ದೇವಶಿಲ್ಪ ಮತ್ತು ಮಾನುಷಶಿಲ್ಪ ಎಂದು ಶಿಲ್ಪದ ಎರಡು ಪ್ರಕಾರಗಳನ್ನು ಸ್ವೀಕರಿಸುತ್ತಾನೆ. ಮಾನುಷಶಿಲ್ಪವು ದೇವಶಿಲ್ಪದ ಅನುಕೃತಿಯೇ ಆಗಿದೆ. ಈ ಜಗತ್ತಿನ ನಾನಾ ಪದಾರ್ಥಗಳು ದೇವತೆಗಳ ಶಿಲ್ಪಗಳಾಗಿವೆ. ಅವುಗಳ ಅನುಕೃತಿಯಲ್ಲಿ ಮನುಷ್ಯನು ತನ್ನ ಶಿಲ್ಪವನ್ನು, ಕಲೆಯನ್ನು ಅಥವಾ ಕವಿತೆಯನ್ನು ರಚಿಸುತ್ತಾನೆ. ಅನುಕೃತಿಯು ಈಶ್ವರನಿರ್ಮಿತ ಮಾನವೀಯ ಸೃಜನ ವ್ಯಾಪಾರದ ಮುಖೇನ ಉಂಟಾದ ಪುನಃಸೃಷ್ಟಿಯಾಗಿದೆ. ಭರತಮುನಿಯು ನಾಟ್ಯದ ಸರ್ಜನಪ್ರಕ್ರಿಯೆಯ ಮೂಲಕ ಅನುಕೃತಿಯ ಇದೇ ಸ್ವರೂಪವನ್ನು ಸೂಚಿಸುತ್ತಾನೆ. ನಾಟ್ಯಶಾಸ್ತ್ರದ ಪ್ರಥಮ ಅಧ್ಯಾಯದಲ್ಲಿಯೇ ನಾಟ್ಯದ ವಿವೃತಿಯನ್ನು ಅನುಕೃತಿಯ ರೂಪದಲ್ಲಿ ಪದೇ-ಪದೇ ಮಾಡಲಾಗಿದೆ.

ತದಂತೇऽನುಕೃತಿರ್ಬದ್ಧಾ ಯಥಾ ದೈತ್ಯೈಃ ಸುರಾ ಜಿತಾಃ। (೧.೫೭)

ನಾನಾಭಾವೋಪಸಂಪನ್ನಂ ನಾನಾವಸ್ಥಾಂತರಾತ್ಮಕಮ್।
ಲೋಕವೃತ್ತಾನುಕರಣಂ ನಾಟ್ಯಮೇತನ್ಮಯಾ ಕೃತಮ್॥ (೧.೦೦೨)

ಸಪ್ತದ್ವೀಪಾನುಕರಣಂ ನಾಟ್ಯಮೇತದ್ ಭವಿಷ್ಯತಿ। (೧.೧೧೭)

ಯೇನಾನುಕರಣಂ ಹ್ಯೇತನ್ನಾಟ್ಯಮೇತನ್ಮಯಾ ಕೃತಮ್। (೧.೧೧೮)

ಅನುಕೃತಿಯು ನಕಲಲ್ಲ; ಇದು ರಚನಾಕ್ರಿಯೆಯಾಗಿದೆ. ಕಲಾವಿದನ ಚೇತನವು ಇದರಲ್ಲಿ ಸಮಾಹಿತವಾಗಿರುತ್ತದೆ. ಅಭಿನವಗುಪ್ತರು ಹೇಳುತ್ತಾರೆ:

ತದಿದಮನುಕೀರ್ತನಮನುವ್ಯವಸಾಯ ವಿಶೇಷೋ ನಾಟ್ಯಪದ ಪರ್ಯಾಯಃ।
ತೇನಾನುವ್ಯವಸಾಯವದ್ ವಿಶೇಷೀಕಾರ್ಯಂ ನಾಟ್ಯಮ್॥
ತಸ್ಮಾದನುವ್ಯವಸಾಯಾತ್ಮಕಂ ಕೀರ್ತನಂ ರೂಷಿತ ವಿಕಲ್ಪ ಸಂವೇದನಂ ನಾಟ್ಯಮ್। ತದ್ವೇದನ ವೇದ್ಯತ್ವಾತ್। ನ ತ್ವನುಕರಣರೂಪಮ್। ಯದಿ ತ್ವೇವಂ ಮುಖ್ಯಲೌಕಿಕಕರಣಾನುಸಾರಿತಯಾಽ । ನುಕರಣಮುಚ್ಯತೇ ತನ್ನ ಕಶ್ಚಿದ್ ದೋಷಃ। ಸ್ಥಿತೇ ವಸ್ತುತೋ ಭೇದೇ ಶಬ್ದಪ್ರವೃತ್ತೇರವಿ-ವಾದಾಸ್ಪದತ್ವಾತ್॥ (ಅಭಿನವ ಭಾರತೀ; ನಾಟ್ಯಶಾಸ್ತ್ರ, ವಡೋದರಾ. ಸಂ.ಭಾ–೧.ಪು–೩೬–೩೭)

ದೇವರ ಅಥವಾ ಪರಮಾತ್ಮನ ಶಿಲ್ಪವಾಗಿರುವ ಈ ಜಗತ್ತಿನಲ್ಲಿ ತ್ರಿಲೋಕಿಯು ಸಮಾಹಿತವಾಗಿದೆ. ಅದೇ ರೀತಿ ದೇವಶಿಲ್ಪದ ಅನುಕೃತಿಯಲ್ಲಿ ಮನುಷ್ಯನು ಯಾವ ಶಿಲ್ಪವನ್ನು ರಚಿಸುತ್ತಾನೆಯೋ ಅದರಲ್ಲಿ ಸಮಸ್ತ ಲಲಿತ, ರೂಪಂಕರ ಮತ್ತು ಪ್ರದರ್ಶನಕಾರೀ ಕಲೆಗಳು ಸೇರುತ್ತವೆ. ಪರಮಾತ್ಮನು ಆತ್ಮವಿಸ್ತಾರದ ಅಥವಾ ತನ್ನ ಲೀಲೆಯ ವಿಸ್ತಾರದ ಸಲುವಾಗಿ ಮಾನುಷ ಶಿಲ್ಪವನ್ನು ನಿರ್ಮಿಸುತ್ತಾನೆ. ಐತರೇಯ ಮಹೀದಾಸನು ಕಲೆ ಅಥವಾ ಶಿಲ್ಪವನ್ನು ಕಲ್ಪನೆಯೊಂದಿಗೆ ಸೇರಿಸಿ ಆತ್ಮಸಂಸ್ಕೃತಿಯ ಇಲ್ಲವೇ ಶಿಲ್ಪಕಾರನ ಅಥವಾ ಯಜಮಾನನ ಚಿತ್ತದ ಸಂಸ್ಕರಣ–ಪ್ರಕ್ರಿಯೆಯೊಂದಿಗೆ ಜೋಡಿಸಿದ್ದಾನೆ–

ಆತ್ಮಸಂಸ್ಕೃತಿರ್ವಾವ ಶಿಲ್ಪಾನಿ। ಛಂದೋಮಯಂ ವಾ।
ಏತೈರ್ಯಜಮಾನ ಆತ್ಮಾನಂ ಸಂಸ್ಕುರುತೇ॥
(ಐತರೇಯ ಬ್ರಾಹ್ಮಣ ೬–೨೭)

ಇಲ್ಲಿ ಛಂದಸ್ಸು ಅಥವಾ ಕಾವ್ಯವನ್ನೂ ಶಿಲ್ಪವೆಂದು ಕರೆಯಲಾಗಿದೆ. ಕವಿತೆಯು 'ಕವಯಿತಾ' ಮತ್ತು 'ಭಾವಕ' ಇಬ್ಬರನ್ನೂ ಸಂಸ್ಕಾರಗೊಳಸುತ್ತದೆ. ಈ ವಿಚಾರವು ಇಲ್ಲಿ ಸ್ಪಷ್ಟವಾಗಿದೆ. ಬೇರೆಡೆಯಲ್ಲಿಯೂ ಐತರೇಯವು 'ಸ್ತುತಿಸುವಾತನು ಸ್ತುತಿಯ ಮೂಲಕ ತನ್ನನ್ನು ಸಂಸ್ಕಾರಿತಗೊಳಿಸುತ್ತಾನೆ' ಎಂದಿದೆ.

ಗೀತದ ಪ್ರತಿಪಾದನೆ ಮಾಡುತ್ತ ಅವನು 'ದೈವಗೀತ' ಮತ್ತು 'ಮಾನುಷಗೀತ' ಎಂದು ಗೀತೆಯಲ್ಲಿಯೂ ಎರಡು ಪ್ರಕಾರಗಳನ್ನು ಹೇಳುತ್ತಾನೆ. ದೈವಗೀತವು ಋಕ್, ಮಾನುಷಗೀತವು ಗಾಥೆಯಾಗಿದೆ (ಐತರೇಯ ಬ್ರಾಹ್ಮಣ ೭.೮). ಕವಿತೆಯನ್ನು ಮತ್ತು ಕಲೆಯನ್ನು ಅಥವಾ ವ್ಯಾಪಕಾರ್ಥದಲ್ಲಿ ಶಿಲ್ಪವನ್ನು ದೈವ ಮತ್ತು ಮಾನುಷ ಇವೆರಡು ಪ್ರಕಾರಗಳಲ್ಲಿ ಕಾವ್ಯ ರಚನೆಯ ಅಥವಾ ಕಲಾಸರ್ಜನೆಯ ಪ್ರಕ್ರಿಯೆಯನ್ನೂ ಸೂಚಿಸುತ್ತಾನೆ. ದೈವಗೀತೆಯೆಂದರೆ ಋಕ್, ಅದು ಈಶ್ವರನ ಕೃತಿಯಾಗಿದೆ. ಅದನ್ನು ಋಷಿಯು ಸಾಕ್ಷಾತ್ಕಾರದ ಸಮಯದಲ್ಲಿ ಕಾಣುತ್ತಾನೆ. ಮಾನುಷ ಗೀತವು ಪ್ರಯಾಸದಿಂದ ರಚಿಸಿದ ಕೃತಿಯಾಗಿದೆ.

ನಾಟ್ಯಶಾಸ್ತ್ರಕಾರ ಭರತಮುನಿಯೂ ಕೂಡ ಎಲ್ಲೆಲ್ಲಿ ಶಿಲ್ಪದ ಉಲ್ಲೇಖ ಮಾಡಿರುವನೋ ಅಲ್ಲಿ ಅದರ ಈ ವ್ಯಾಪಕ ವಿವೃತಿಯನ್ನು ದೃಷ್ಟಿಯಲ್ಲಿರಿಸಿಯೇ ಮಾಡುತ್ತಾನೆ ಅನ್ನಿಸುತ್ತದೆ. ಏಕೆಂದರೆ ನಾಟ್ಯದಲ್ಲಿ ಸರ್ವಶಿಲ್ಪಗಳೂ ಸಮಾಹಿತ ಇರುತ್ತವೆಯೆಂದು ಬಾರಿಬಾರಿಗೂ ಹೇಳುತ್ತಾನೆ. ಅಲ್ಲದೇ ಇದನ್ನು ಹೇಳುವಾಗಲೂ ಶಿಲ್ಪದ ಸಂಗಡ ಮಾಡುವದಿಲ್ಲ. ಅವನ ಪ್ರಕಾರ ಕಾವ್ಯವೂ ಸಹ ಇದೇ ಶಿಲ್ಪದಲ್ಲಿ ಸೇರಿದೆಯೆಂಬುದು ಸ್ಪಷ್ಟವಿದೆ–

ನ ತಜ್ಜ್ಞಾನಂ ನ ತಚ್ಛಿಲ್ಪಂ ನ ಸಾ ವಿದ್ಯಾ ನ ಸಾ ಕಲಾ।
ನಾಸೌ ಯೋಗೋ ನ ತತ್ಕರ್ಮ ನಾಟ್ಯೇಸ್ಮಿನ್ ಯನ್ನದೃಶ್ಯತೇ॥
(೨.೧೧೬.೧೯.೧೪೩)

ನ ಶಕ್ಯಮಸ್ಯ ನಾಟ್ಯಸ್ಯ ಗಂತುಮಂತಂ ಕಥಂಚನ॥
ಕಸ್ಮಾದ್ ಬಹುತ್ವಾಜ್ಜ್ಞಾನಾನಾಂ ಶಿಲ್ಪಾನಾಂ ವಾಪ್ಯನಂತತಃ॥ (೬.೬)

ಒಟ್ಟಾರೆಯಾಗಿ ಐತರೇಯ ಮಹೀದಾಸನಿಂದ ಪ್ರಸ್ತುತವಾಗಿರುವ ಶಿಲ್ಪದ ವಿವರಣೆ ಮತ್ತು ಕಾವ್ಯ ಕಲಾಸರ್ಜನೆಯ ಪ್ರಕ್ರಿಯೆಯ ವಿವೃತಿಗಳು ಸಮಗ್ರ ಭಾರತೀಯ ಪರಂಪರೆಯಲ್ಲಿ ಅವ್ಯಾಹತವಾಗಿ ಇವೆ.

ವಾಗ್ವೈ ಸಮುದ್ರಃ । ನ ವೈ ವಾಕ್ ಕ್ಷೀಯತೇ । ನ ಸಮುದ್ರಃ ಕ್ಷೀಯತೇ।
(ಐತರೇಯ ಬ್ರಾಹ್ಮಣ ೨೩.೯೧. ಭಾಗ–೨ ಪುಟ–೨೨೭)

ಛಂದಸ್ಸಿನಲ್ಲಿ ಅಥವಾ ವಾಕ್ಕಿನಲ್ಲಿ ರಸವಿರುತ್ತದೆ. ಐತರೇಯನು ಇತಿಹಾಸದ ಆಖ್ಯಾನ ಮಾಧ್ಯಮದಿಂದ ಛಂದಸ್ಸಿನ ರಸದ ಪ್ರತಿಪಾದನೆಯನ್ನೂ ಮಾಡಿದ್ದಾನೆ. ಛಂದಸ್ಸಿನಲ್ಲಿ ಯಾವ ರಸವಿದ್ದಿತೋ ಅದು ಶಿಥಿಲವಾಗಲಾರಂಭಿಸಿತು. ಅದರಿಂದ ಪ್ರಜಾಪತಿಯು ಈ ಪ್ರಕಾರವಾಗಿ ಛಂದಸ್ಸಿನ ರಸವು ಲೋಕದಿಂದ ಗಡಿಮೀರಿ ಹೋಗುವದೆಂದು ಭಯಗೊಂಡನು. ಆಗ ಅವನು ಛಂದಸ್ಸಿನ ಆ ರಸವನ್ನು ನಾರಾಶಂಸೀ ಮತ್ತು ಗಾಯತ್ರಿಗಳ ಮೂಲಕ ತಡೆಗಟ್ಟಿದನು–

ಛಂದಸಾಂ ವೈ ಷಷ್ಠೈನಾಹ್ನಾನಾಪ್ತಾನಾಂ ರಸೋಽತ್ಯನೇದತ್। ಸ ಪ್ರಜಾಪತಿರಭಿಭೇತ್। ಪರಾಙ್ಯಂ ಛಂದಸಾಂ ರಸೋ ಲೋಕಾನತ್ಯೇಷ್ಯತೀತಿ। ತಂ ಪರಸ್ತಾಚ್ಛಂದೋಭಿಃ ಪರ್ಯಗೃಹ್ಣತ್। ನಾರಾಶಂಸ್ಯಾ ಗಾಯತ್ರ್ಯಾ। ರೈಭ್ಯಾ ತ್ರಿಷ್ಟುಭಃ। ಪರೀಕ್ಷಿತ್ಯಾ ಜಗತ್ಯಾಃ। ಕಾರವ್ಯಾನುಷ್ಟಭಃ। ತತ್ ಪುನಃ ಛಂದಃಸು ರಸಮದಧಾತ್। ಸ ರಸೈಹಾಸ್ಯ ಛಂದೋಽಭಿರಿಷ್ಟಂ ಭವತಿ। ಸ ರಸೈಶ್ಛಂದೋಭಿರ್ಯಜ್ಞಂ ತನುತೇ। ಯ ಏವಂ ವೇದ। (ಐತರೇಯ ಬ್ರಾ.೩೦.೬, ಭಾಗ–೩ ಪು–೫೫–೫೯)

ನಾಟ್ಯಶಾಸ್ತ್ರದಲ್ಲಿ ನಾಟ್ಯವನ್ನು ಪಂಚಮ ವೇದವೆಂದು ಕರೆಯಲಾಗಿದೆ. ಅಲ್ಲದೇ ಭರತಮುನಿಯು ನಾಲ್ಕು ವೇದಗಳಿಂದ ಅದನ್ನು ನಿರೂಪಿಸುತ್ತ ಹೇಳುತ್ತಾನೆ:

ಜಗ್ರಾಹ ಪಾಠ್ಯಂ ಋಗ್ವೇದಾತ್ ಸಾಮಭ್ಯೋ ಗೀತಮೇವ ಚ।
ಯಜುರ್ವೇದಾದಭಿನಯಾನ್ ರಸಾನಾಥರ್ವಣಾದಪಿ।

ನಾಲ್ಕು ವೇದಗಳಿಂದ ನಾಟ್ಯದ ನಾಲ್ಕು ಅಂಗಗಳನ್ನು ತೆರೆದುಕೊಂಡು ಅವನು ಸಂಪೂರ್ಣ ನಾಟ್ಯವೇದವನ್ನು ಸೃಷ್ಟಿ ಮಾಡಿದನು. ನಾಟ್ಯವೇದ ವಿಷಯಕವಾದ ಎಷ್ಟು ಗ್ರಂಥಗಳನ್ನು ಬರೆಯಲಾಗಿರುವದೋ ಅವುಗಳಲ್ಲಿ ಈ ಪರಂಪರೆಯ ನಿರಾಕರಣೆಯನ್ನು ಎಲ್ಲಿಯೂ ಮಾಡಿಲ್ಲ. ನಿಗಮ ಪರಂಪರೆಗಳು ಎಲ್ಲ ಕಲೆಗಳಲ್ಲಿ ನಿಶ್ಚಿತವಾಗಿಯೂ ಸಂಕ್ರಾಂತವಾಗಿವೆ. ಪ್ರಥಮ ಕಾರಿಕೆಯಲ್ಲಿ ಭರತಮುನಿಯು ಹೇಳುತ್ತಾನೆ:

ಪ್ರಣಮ್ಯ ಶಿರಸಾ ದೇವೌ ಪಿತಾಮಹ ಮಹೇಶ್ವರೌ।
ನಾಟ್ಯಶಾಸ್ತ್ರಂ ಪ್ರವಕ್ಷ್ಯಾಮಿ ಬ್ರಹ್ಮಣಾ ಯದುದಾಹೃತಮ್।

ಇಲ್ಲಿ ನಾಟ್ಯಶಾಸ್ತ್ರದ ಆಗಮ ಪೀಠಿಕೆಯನ್ನೂ ನಿರೂಪಣೆ ಮಾಡಲಾಗಿದೆ. ಸದಾಶಿವ, ಬ್ರಹ್ಮ ಮತ್ತು ಭರತ– ಇವು ಆಗಮ ನಾಟ್ಯಶಾಸ್ತ್ರದ ತ್ರಿವಿಧ ಪರಂಪರೆಗಳು ಎಂದು ಸ್ವೀಕರಿಸಿ ಬಂದಿದೆ. ಸದಾಶಿವನು ಶೈವಾಗಮಗಳಲ್ಲಿ ವರ್ಣಿತ ಮೂವತ್ತಾರು ತತ್ವಗಳಲ್ಲಿ ಪರಿಗಣಿತನಾಗಿದ್ದಾನೆ.

ಈ ಪಂಚಮ ವೇದವನ್ನು ಸೃಷ್ಟಿ ಮಾಡುವುದಕ್ಕೆ ಬ್ರಹ್ಮನು ನಾಲ್ಕೂ ವೇದಗಳ ಸ್ಮರಣೆಯನ್ನೂ ಮಾಡಿದ ಮತ್ತು ಯೋಗದಲ್ಲಿ ಸ್ಥಿತನಾದ. ಪಂಚಮವೇದದ ಈ ಸೃಷ್ಟಿಪ್ರಕ್ರಿಯೆಯೇ ನಿಗಮಾಗಮಗಳ ಸಮನ್ವಯವನ್ನೂ ಪ್ರಕಟ ಮಾಡುತ್ತದೆ. ಇದರಲ್ಲಿ ಆವಿರ್ಭಾವಕಾಲದಲ್ಲಿ ಸ್ಮರಣೆ, ಯೋಗಸಮಾಧಿ ಮತ್ತು ಸಂಕಲ್ಪಗಳು ಆವಶ್ಯಕವಾಗಿವೆ–

ಏವಂ ಸಂಕಲ್ಪ್ಯ ಭಗವಾನ್ ಯೋಗಮಾಸ್ಥಾಯ ತತ್ತ್ವವಿತ್

ಬ್ರಹ್ಮನ ಸಂಕಲ್ಪ ಇದು–

ಧರ್ಮ್ಯಮರ್ಥ್ಯಂ ಯಶಸ್ಯಂ ಚ ಸೋಪದೇಶಂ ಸಸಂಗ್ರಹಮ್।
ನಾಟ್ಯಾಖ್ಯಂ ಪಂಚಮಂ ವೇದಂ ಸೇತಿಹಾಸಂ ಕರೋಮ್ಯಹಮ್॥(೧.೧೫)

ಈ ಪಂಚಮ ವೇದವು ಸೇತಿಹಾಸವಾಗಿದೆ. ಇತಿಹಾಸವೆಂದರೆ ಆಖ್ಯಾನ ಪರಂಪರೆಯ ಸಮಾವೇಶವು ಸೂಚಿತವಾಗಬಲ್ಲದು. ಪುರಾಣಗಳು ಮತ್ತು ರಾಮಾಯಣ–ಮಹಾಭಾರತಗಳು ಹಾಗೂ ಆಗಮ ಪರಂಪರೆಯವೂ ಇರಬಲ್ಲವು.

ಶಾರದಾತನಯನು ಹೇಳುವ ಪ್ರಕಾರ ಬ್ರಹ್ಮನ ಮುಖದಿಂದ, ನಾಲ್ಕು ವೃತ್ತಿಗಳ ಮಾಧ್ಯಮದಿಂದ ನಾಲ್ಕು ಮೂಲರಸಗಳ ಉತ್ಪತ್ತಿ ಮತ್ತು ಶಿವನ ತ್ರಿಪುರದಾಹ ಹಾಗೂ ದಕ್ಷಯಜ್ಞ ಧ್ವಂಸ ಪ್ರಸಂಗದಲ್ಲಿ ಈ ಮೂಲ ರಸಗಳಿಂದ ಅವಾಂತರ ರಸಗಳ ಉತ್ಪತ್ತಿ– ಇದು ನಾಟ್ಯ ಪರಂಪರೆಯ ಒಂದು ಆಗಮವಾಗಿದೆ. ರಸಾನುಭೂತಿಯ ಅಥವಾ ಸೌಂದರ್ಯಬೋಧೆಯ ಸ್ವರೂಪದ ವಿವೇಚನೆಯಲ್ಲಿ ಶಾರದಾತನಯನು ಕಾಶ್ಮೀರ ಶೈವಾಗಮದ ದೃಷ್ಟಿಯನ್ನು ವಿಶದವಾಗಿ ವರ್ಣಿಸುತ್ತಾನೆ. ಭೋಗ, ಭೋಕ್ತೃ ಮತ್ತು ಭೋಗ್ಯಗಳ ಸಂಬಂಧದಿಂದ ರಾಗ, ವಿದ್ಯಾ ಮತ್ತು ಕಲೆಗಳು ಆಸ್ವಾದಭೂಮಿಯನ್ನು ನಿರ್ಮಿಸುವಲ್ಲಿನ ಪಾತ್ರವನ್ನು ವಿವೇಚಿಸಿದ್ದಾನೆ. (ಭಾವಪ್ರಕಾಶ; ದ್ವಿತೀಯ ಅಧಿಕಾರ ಪು–೫–೫೩)– ಶಾರದಾತನಯನ ಈ ವಿವೇಚನೆಯು ಶೈವಾಗಮಗಳ ಪರಂಪರೆಯಲ್ಲಿಯೇ ಇದೆ. ಪರಮಾರ್ಥಸಾರದಲ್ಲಿ ಹೇಳಿದೆ.

ಮಾಯಾಪರಿಗ್ರಹವಶಾತ್ ಬೋಧೋ ಮಲಿನಃ ಪುಮಾನ್ ಪಶುರ್ಭವತಿ।
ಕಾಲ, ಕಲಾ ನಿಯತಿವಶಾದ್ ರಾಗಾವಿದ್ಯಾವಶೇನ ಸಂಬದ್ಧಃ॥(ಪ.ಸಾ.೧೬)

ಕಲೆಯು ಕರ್ತೃತ್ವ ಸಂಕೋಚ ರೂಪವಾಗಿದೆ. ಜ್ಞಾತೃತ್ವ ಸಂಕೋಚರೂಪದ್ದು ವಿದ್ಯೆ, ಕಲೆಯಿಂದ ಸಂಪೂರ್ಣ ಕರ್ತೃತ್ವದ, ವಿದ್ಯೆಯಿಂದ ಸಂಪೂರ್ಣ ಜ್ಞಾತೃತ್ವದ, ರಾಗದಿಂದ ಪೂರ್ಣತೆಯ, ಕಾಲದಿಂದ ನಿತ್ಯತೆಯ, ನಿಯತಿಯಿಂದ ಸ್ವಾತಂತ್ರ್ಯದ ಪರಿಚ್ಛೇದವಾಗುತ್ತದೆ. ಕಲೆಯು ಕಿಂಚಿತ್ಕರ್ತೃತ್ವದ, ವಿದ್ಯೆಯು ಕಿಂಚಿಜ್ಞಾತೃತ್ವದ,

ಕಾಮವು ವಿಷಯಾಸಕ್ತಿಯ, ಕಾಲವು ಭಾವ ಮತ್ತು ಅಭಾವದ, ಭಾಸನ ಮತ್ತು ಅಭಾಸನಗಳ, ನಿಯತಿಯು ಮದೀಯ-ಪರಕೀಯ ಬೋಧೆಯ ಕಾರಣವಾಗಿ ಇರುತ್ತದೆ.

ಕನ್ನಡಿಯಲ್ಲಿನ ನಗರ, ಗ್ರಾಮಗಳ ವಿಭಾಗಗಳ ಹಾಗೆ ವಿಶ್ವಾತ್ಮಕವಾಗಿರುವ ಒಂದು ಚೈತನ್ಯದಲ್ಲಿ ವಿಶ್ವದ ನಾನಾ ಪದಾರ್ಥಗಳು ಭಾಸವಾಗತೊಡಗುತ್ತವೆ. ಶಿವನು ಸ್ವಯಂ ತನ್ನನ್ನೇ ಉಪಾದಾನ ಮಾಡಿಕೊಂಡು ಕಲಾಪ್ರಪಂಚವನ್ನೂ ನಿರ್ಮಿಸುತ್ತಾನೆ. ಅವನೇ ಸಭ್ಯನು, ವಿಭಾವಾದಿ ಭಾವಗಳು ಅವನೇ, ಅವನೇ ರಂಗಸ್ಥಳ, ಅವನೇ ಅನುಕೃತಿಯೂ ಆಗಿದ್ದಾನೆ. ಅನುಕೃತಿಯನ್ನು ಮಾಡುವವನೂ ಅವನೇ, ರಸವೂ ಅವನೇ, ಅವನೇ ರಸಾಸ್ವಾದ ಮಾಡುವವನೂ ಹೌದು.

ಸಭ್ಯೋ ನರೋ ವಿಭಾವಾದಿಭಾವಾಃ ರಂಗಃ ಸ್ವಯಂ ಭವನ್।
ಸ್ವಚಾರಿತ್ರಾನುಕಾರೇಣ ಸ್ವಮೇವ ಭಜತೇ ಪರಮ್॥ (ವಿಂಶತಿ ಶಾಸ್ತ್ರ-೩)

ಶಿವನು ಜಗತ್ತನ್ನು ಸೃಷ್ಟಿ ಮಾಡಿ ಅದರಲ್ಲಿಯೇ ಅಂತರ್ಯಾಮಿಯಾಗಿದ್ದಾನೆ. ಅವನು ಪರಮತತ್ವವೂ ಹೌದು, ಮತ್ತು ಜಗತ್ತೂ ಹೌದು. ಸ್ಪಂದನ ಕಾರಿಕೆ ೩೨ರಲ್ಲಿ-

ಭೋಕ್ತೈವ ಭೋಗ್ಯ ಭಾವೇನ ಸದಾ ಸರ್ವತ್ರ ಸಂಸ್ಥಿತಃ।

ಎಂದು ಹೇಳಲಾಗಿದೆ. ಅಂದರೆ ಯಾರು ಭೋಕ್ತನಾಗಿರುವನೋ ಅವನು ಭೋಗ್ಯನಾಗಿ ಸದಾ ಸರ್ವತ್ರ ಇದ್ದಾನೆ. ಶಿವನು ದೇಹವನ್ನು ಧಾರಣೆ ಮಾಡಿ ಭೋಕ್ತನಾಗಿದ್ದಾನೆ.

ಭೋಕ್ತಾ ಚ ತತ್ರ ದೇಹೀ ಶಿವ ಏವ ಗೃಹೀತ ಪಶುಭಾವಃ
(ಪರಮಾರ್ಥಸಾರ-೫೦)

ಅಭಿನವರಿಗೆ ಮುಂಚೆ ಭಟ್ಟನಾಯಕನೂ ಶೈವದರ್ಶನದ ಆಧಾರ ಭಿತ್ತಿಯ ಮೇಲೆಯೇ ತನ್ನ ಕಾವ್ಯ ಸಿದ್ಧಾಂತವನ್ನು ಸ್ಥಾಪಿಸಿದ್ದನು. ಯಾವ ಬಗೆಯಿಂದ ಶಿವನು ತ್ರಿಲೋಕಗಳನ್ನು ನಿರ್ಮಾಣ ಮಾಡುವನೋ ಅದೇ ಬಗೆಯಿಂದ ಕವಿ ಮತ್ತು ಕಲಾವಿದರು ಜಗನ್ನಾಟ್ಯವನ್ನು ನಿರ್ಮಾಣ ಮಾಡುವರು. ಇದರ ಪ್ರಯೋಗದಲ್ಲಿ ಪ್ರೇಕ್ಷಕರಿಗೆ ರಸಾನುಭವವಾಗುತ್ತದೆ. ಅಭಿನವಗುಪ್ತರು ನಾಟ್ಯಶಾಸ್ತ್ರದ ಮೊದಲನೆಯ ಕಾರಿಕೆಯ ವ್ಯಾಖ್ಯಾನದಲ್ಲಿಯೇ ನಾಟ್ಯದ ಸಮರ್ಥೋಪಾಯತೆಯ ಮೇಲೆ ಬೆಳಕು ಚೆಲ್ಲುತ್ತ ಭಟ್ಟನಾಯಕನ ಕಾರಿಕೆಯನ್ನು ಉದ್ಧರಿಸಿದ್ದಾರೆ. ಆ ಕಾರಿಕೆಯು ಇಂತಿದೆ:

ನಮಸ್ತ್ರೈಲೋಕ್ಯ ನಿರ್ಮಾಣ ಕವಯೇ ಶಂಭವೇ ಮತಃ।
ಪ್ರತಿಕ್ಷಣಂ ಜಗನ್ನಾಟ್ಯ ಪ್ರಯೋಗರಸಿಕೋ ಜನಃ॥

ಈ ಜಗತ್ತು ಶಿವಮಯವಾಗಿದೆ. ಶಿವನು ಹೇಗೆ ವಿಭಾಗಶೂನ್ಯನೂ ಅಖಂಡನೂ ಆಗಿರುವನೋ ಹಾಗೆಯೇ ಇದೂ ಕೂಡಾ ಪರಮಾರ್ಥದಲ್ಲಿ ವಿಭಾಗಶೂನ್ಯವಾಗಿದೆ ಮತ್ತು ಅಖಂಡವಾಗಿದೆ. ಆದರೆ ನಾವು ಕನ್ನಡಿಯಲ್ಲಿ ಪ್ರತಿಬಿಂಬವನ್ನು ಕಂಡಾಗ ಆ ಪ್ರತಿಬಿಂಬದಲ್ಲಿ ಅಂಗ-ಪ್ರತ್ಯಂಗಗಳು ಬೇರೆ-ಬೇರೆಯಾಗಿ ತೋರುವವು. ವಾಸ್ತವದಲ್ಲಿ ಕನ್ನಡಿಯು ಒಂದಾಗಿದೆ ಮತ್ತು ಅಖಂಡವಾಗಿದೆ. ಪ್ರತಿಬಿಂಬವು ಕನ್ನಡಿಯಿಂದ ಬೇರೆಯಲ್ಲ, ಆದರೆ ಬೇರೆಯಾಗಿ ತೋರುತ್ತದೆ. ಅದೇ ತರಹ ಈ ಜಗತ್ತು ಶಿವನಿಂದ ಬೇರೆಯದಾಗಿ ತೋರುತ್ತದೆ.

ಯಾಕೆಂದರೆ ಜಗತ್ತಿನಲ್ಲಿ ಶಿವನು ಅಂತರ್ಹಿತನಾಗಿ ಇದ್ದಾನೆ. ಆದುದರಿಂದ ಈ ಜಗತ್ತು ಮಿಥ್ಯೆಯಲ್ಲ. ಅದೇ ಪ್ರಕಾರ ಅಭಿನವಗುಪ್ತರ ದೃಷ್ಟಿಯಲ್ಲಿ ಕಲೆಯು ಭ್ರಮೆಯಾಗಲೀ, ಆರೋಪವಾಗಲೀ ಅಲ್ಲ. ನಿಶ್ಚಯಾತ್ಮಕ ಜ್ಞಾನವಾಗಲೀ ಅಥವಾ ಅಧ್ಯವಸಾಯವಾಗಲೀ ಅಲ್ಲ; ಅದು ರಸಸ್ವಭಾವದ ವಸ್ತುವಾಗಿದೆ. ಕಲೆಯು ರಸವಾಗಿದೆ ಮತ್ತು ರಸವು ಕಲೆಯಾಗಿದೆ. ಇದೇ ರಸವು ಪರಮತತ್ವವೂ ಆಗಿದೆ. ಆದುದರಿಂದ ರಸಾನುಭೂತಿಯು ಪರಮ ತತ್ವದ ಅನುಭೂತಿಯೂ ಆಗಿರುತ್ತದೆ.

ರಚನಾಕಾರನೂ ಕೂಡ ಶಿವನ ಹಾಗೆ ನಿರ್ಮಿಮಿತ್ಸಾ ಅಥವಾ ನಿರ್ಮಿಸಬೇಕೆಂಬ ಇಚ್ಛೆಯಿಂದ ಆವಿಷ್ಟನಾಗಿರುತ್ತಾನೆ. ಅವನ ರಚನಾಕ್ರಿಯೆಯಲ್ಲಿ ಪ್ರಕಾಶ, ವಿಮರ್ಶ ಮತ್ತು ಸ್ಪಂದಗಳು ಉನ್ಮೇಷಿತವಾಗಿರುತ್ತವೆ.

ತಂತ್ರಾಲೋಕದಲ್ಲಿ ಅಭಿನವಗುಪ್ತರು ಹೇಳುತ್ತಾರೆ:

ತಥಾ ಹೃದಯೈಕಾಗ್ರ ಸಕಲ ಸಾಮಾಜಿಕ ಜನಃ ಖಲು।
ನೃತ್ತಂ ಗೀತಂ ಸುಧಾಸಾರ ಸಾಗರತ್ವೇನ ಮನ್ಯತೇ।
ತತ ಏವೋಚ್ಯತೇ ಮಲ್ಲ ನಟ ಪ್ರೇಕ್ಷೋಪದರ್ಶನೇ।
ಸರ್ವಪ್ರಮಾತೃ ತಾದಾತ್ಮ್ಯಂ ಪೂರ್ಣರೂಪಾನುಭಾವಕಮ್॥
ಸಂವಿತ್ ಸರ್ವಾತ್ಮಿಕಾ ದೇಹಭೇದಾದ್ ಯಾಸಂಕುಚೇತ್ತು ಸಾ।
ಮೇಲಕೇಽನ್ಯೋನ್ಯ ಸಂಘಟ್ಟ ಪ್ರತಿಬಿಂಬಾದ್ ವಿಕಸ್ವರಾ॥
ಉಚ್ಛಲನ್ನಿಜಗಶ್ಮೌಘಃ ಸಂವಿತ್ಸು ಪ್ರತಿಬಿಂಬಿತಃ।
ಬಹುದರ್ಪಣವದ್ ದೀಪ್ತಃ ಸರ್ವಾಂಶೇನಾಪ್ಯ ಯತ್ನತಃ।
ಅತ ಏವ ನೃತ್ತ ಗೀತ ಪ್ರಭೃತೌ ಬಹು ಪರ್ಷದಿ।
ಯಃ ಸರ್ವ ತನ್ಮಯೀಭಾವೋ ಹ್ಲಾದೋ ನ ತ್ವೇಕಕಸ್ಯ ಸಃ॥

ಆನಂದನಿರ್ಭರಾ ಸಂವಿತ್ ಪ್ರತ್ಯಕ್ಷಂ ಸಾ ತಥೈಕತಾಮ್।
ನೃತ್ತಾದೌ ವಿಷಯೇ ಪ್ರಾಪ್ತಾ ಪೂರ್ಣಾನಂದತ್ವಮಶ್ನುತೇ॥

ಎಲ್ಲಾ ಸಾಮಾಜಿಕ ಜನರೂ ನೃತ್ತ ಗೀತಾದಿಗಳ ಪ್ರಸ್ತುತಿಯನ್ನು ಅಮೃತ–ಮಯವೆಂದು ತಿಳಿದು ಅವುಗಳಲ್ಲಿ ಏಕಾಗ್ರಚಿತ್ತರಾಗಿ ತಲ್ಲೀನರಾಗುತ್ತಾರೆ. ಮಲ್ಲರು, ನಟರು ಮುಂತಾದವರ ಆಟವನ್ನು ಅಥವಾ ಪ್ರಸ್ತುತಿಯನ್ನು ನೋಡುತ್ತ ಎಲ್ಲಾ ಪ್ರೇಕ್ಷಕರಿಗೆ ಇಲ್ಲವೇ ಕಲಾನುಭವದ ಮರ್ಮವನ್ನರಿತವರಿಗೆ ಅಂತಹ ಪೂರ್ಣಾನು–ಭವವನ್ನು ಉಂಟುಮಾಡಿಸುವ ತಾದಾತ್ಮ್ಯವು ಬರುತ್ತದೆ. ಈ ಸರ್ವಾತ್ಮಕ ಸಂವಿತ್ತು (ಸಂವೇದನೆ) ಅಥವಾ ಚೈತನ್ಯವು ಬೇರೆ–ಬೇರೆ ದೇಹಗಳಲ್ಲಿ ಸೀಮಿತವಾಗಿದೆ. ಬೇರೆ–ಬೇರೆ ದೇಹಗಳಲ್ಲಿ ಸಂಕುಚಿತವಾಗಿರುವ ಅದರ ರೂಪಗಳು ಇಂತಹ ಮೇಳದಲ್ಲಿ ಅಥವಾ ಸಾಮೂಹಿಕ ಪ್ರದರ್ಶನಗಳಲ್ಲಿ ಪರಸ್ಪರ ಅಪ್ಪಳಿಸುತ್ತವೆ. ಒಂದು ಇನ್ನೊಂದರಲ್ಲಿ ಪ್ರತಿಬಿಂಬಿತವಾಗುತ್ತದೆ ಮತ್ತು ಕಾಂತಿಯಿಂದ ಹೊಳೆಯ ತೊಡಗುತ್ತದೆ ಎಂದು ಹೇಳಲಾಗುತ್ತದೆ. ಆಗ ಆತ್ಮದ ಉಚ್ಛಲಿತ ಕಿರಣ ಸಮೂಹಗಳು ನಾನಾ ರೂಪದಲ್ಲಿ ಪ್ರತಿಬಿಂಬಿಸುತ್ತವೆ. ಅನೇಕ ಕನ್ನಡಿಗಳು ಒಟ್ಟಿಗೆ ಸೇರುವುದರಿಂದ ಅದು ಅನಾಯಾಸವಾಗಿ ದೀಪ್ತಗೊಳ್ಳುತ್ತದೆ. ಆದುದರಿಂದ ನೃತ್ತಗೀತಾದಿಗಳನ್ನು ಒಟ್ಟಿಗೆ ನೋಡಿದಾಗ ಉಂಟಾಗುವ ಆಸ್ವಾದದ ಅನುಭವವು ಅವರಲ್ಲಿನ ಯಾರೋ ಒಬ್ಬರದಾಗಿರಲಾರದು. ಆನಂದದಿಂದ ಆರ್ದ್ರವಾಗಿರುವ ಚೇತನವು ನೃತ್ತಾದಿಗಳ ವಿಷಯವನ್ನು ಪ್ರತ್ಯಕ್ಷ ಇಲ್ಲವೇ ಸಾಕ್ಷಾತ್ಕಾರ ಗೈಯುತ್ತ ಪೂರ್ಣಾನಂದವನ್ನು ಪಡೆಯುತ್ತದೆ ಎಂಬುದು ಈ ಮೇಲಿನ ಶ್ಲೋಕದ ಅರ್ಥ.

ಕಲಾಸೃಷ್ಟಿಯ ಸಮಯದಲ್ಲಿ ಕವಿ ಅಥವಾ ಕಲಾವಿದನು ಶಿವನ ಭೂಮಿಕೆಯಲ್ಲಿರುತ್ತಾನೆ ಎಂದಾದರೆ, ಕಲೆಯ ಅನುಭವದ ಸ್ಥಿತಿಯಲ್ಲಿ ಪ್ರೇಕ್ಷಕನೂ ಈಶ್ವರರೂಪಿಯಾಗಿರುತ್ತಾನೆ. ಚಿತ್ತವು ಕಲೆಯ ರಚನೆ ಮತ್ತು ಅನುಭವ ಎರಡರಲ್ಲಿಯೂ ಶಿವಸಮಾನವಾಗಿರುತ್ತದೆ.

ಶಿವಸೂತ್ರದಲ್ಲಿ ಹೀಗೆ ಹೇಳಿದೆ: ಆತ್ಮವು ನರ್ತಕ, ಜೀವಾತ್ಮವು ರಂಗಸ್ಥಳ ಮತ್ತು ಇಂದ್ರಿಯಗಳು ಇದರ ಆಸ್ವಾದನೆ ಮಾಡುವ ಪ್ರೇಕ್ಷಕರು, ವಾಸ್ತವದಲ್ಲಿ ಯೋಗಿಯು ಸಂಸಾರದ ನಾಟಕವನ್ನು ತನ್ನೊಳಗೆ ನೋಡುತ್ತಾನೆ ಮತ್ತು ಸಾಕ್ಷಾತ್ಕಾರ ಮಾಡುತ್ತಾನೆ. ಈ ಸಾಕ್ಷಾತ್ಕಾರವು ಪ್ರಮೋದ ನಿರ್ಭರವಾಗಿರುತ್ತದೆ ಅಥವಾ ಆನಂದದಿಂದ ಆಪ್ಲಾವಿತವಾಗಿರುತ್ತದೆ (ಮುಳುಗಿರುತ್ತದೆ). ಇದರಲ್ಲಿ ವಿಸ್ಮಯ ಹಾಗೂ ರಸಗಳ ಪರಿಪೂರ್ಣತೆಯಿರುತ್ತದೆ. ಜಗತ್ತಿನ ವಿಷಯಗಳ ಆಸ್ವಾದನೆಯಲ್ಲಿ ವಿಷಯಗಳ ತೆರೆಯಿರುತ್ತದೆ; ಚೇತನ ಮತ್ತು ಆಸ್ವಾದ ಇವುಗಳ

ನಡುವೆ ಸಾಂಸಾರಿಕ ವಿಷಯವಿರುತ್ತದೆ. ಕಾವ್ಯದ ಆಸ್ವಾದನೆಯಲ್ಲಿ ಈ ವಿಷಯದ ಬಾಧೆಯಿರುವುದಿಲ್ಲ.

ಮಧುರಾದಿ ರಸಾಸ್ವಾದೇ ವಿಷಯಸ್ಪರ್ಶ ವ್ಯವಧಾನಮ್।
ತತೋಽಪಿ ಕಾವ್ಯ-ನಾಟ್ಯಾದೌ
ತದ್ ವ್ಯವಧಾನಶೂನ್ಯತಾ ತದ್ ವ್ಯವಧಾನ ಸಂಸಾರಾನುವೇಧಸ್ತು।
ತತ್ರಾಪಿ ತು ತಥೋದಿತ ವ್ಯವಧಾನಾಂಶ ತಿರಸ್ಕ್ರಿಯಾ ಸಾವಧಾನ ಹೃದಯಾ ಲಭಂತ ಏವ ಪರಮಾನಂದಮ್।
ಯಥೋಕ್ತಮ್- ಯದ್ಧಿಪಾನಕೃತೋಲ್ಲಾಸ ರಸಾನಂದ ವ್ಯವಸ್ಥಿತೇಃ।
(ವಿ.ಭೈ.೭೨) (ಈಶ್ವರ ಪ್ರತ್ಯಭಿಜ್ಞಾವೃತೃತಿ ವಿಮರ್ಶನೀ ಪುಟ-೧೭೪)

ಯೋಗಿನಶ್ಚಕ್ಷುರಾದೀನಿ ಇಂದ್ರಿಯಾಣಿ ಹಿ ಸಂಸಾರ- ನಾಟ್ಯ ಪ್ರಕಟನ ಪ್ರಮೋದನಿರ್ಭರಂ ಸ್ವರೂಪಮ್, ಅಂತರ್ಮುಖತಯಾ ಸಾಕ್ಷಾತ್ಕುರ್ವಂತಿ, ತತ್ಪ್ರಯೋಗರೂಢ್ಯಾ ವಿಗಲಿತವಿಭಾಗಾ ಚಮತ್ಕಾರ ರಸಸಂಪೂರ್ಣ ತಾಮಾಪಾದಯಂತಿ। (ಶಿವಸೂತ್ರವಿಮರ್ಶಿನೀ ಕಾ.ಸಂ.ಗ್ರ.ಪು-೪೪.)

ನಾಟ್ಯಶಾಸ್ತ್ರದ ಮೂಲಪಾದದೊಂದಿಗೆ ಈ ಸಿದ್ಧಾಂತಗಳ ಸಂಬಂಧವೇನು? ಎಂದು ಪ್ರಶ್ನೆಯನ್ನು ಕೇಳಬಹುದು. ನಾಟ್ಯಶಾಸ್ತ್ರದ ಮೂವತ್ತಾರು ಅಧ್ಯಾಯಗಳನ್ನು ಅಭಿನವಗುಪ್ತರು ಶೈವಶಾಸ್ತ್ರದ ಮೂವತ್ತಾರು ತತ್ವಗಳೊಂದಿಗೆ ಸಂಬದ್ಧಗೊಳಿಸುತ್ತಾರೆ. ಇದರೊಂದಿಗೆ ನಾಟ್ಯಶಾಸ್ತ್ರದಲ್ಲಿ ವರ್ಣಿಸಿರುವ ದೇವಮಂಡಲ, ಬ್ರಾಹ್ಮಮಂಡಲಗಳ ನಿರ್ಮಾಣವಿಧಿ ಮತ್ತು ವೈದಿಕ ಹಾಗೂ ಆಗಮಿಕ ಉಭಯವಿಧ ದೇವತೆಗಳ ಪ್ರತಿಷ್ಠೆ, ನಾಟ್ಯಶಾಸ್ತ್ರದ ಬ್ರಾಹ್ಮ, ಮಾಹೇಶ್ವರ ಮತ್ತು ವೈಷ್ಣವ ನಾಟ್ಯಪರಂಪರೆಗಳು ಸಮನ್ವಯವನ್ನು ಸೂಚಿಸುತ್ತವೆ.

ನಾಟ್ಯಶಾಸ್ತ್ರದ ಮೊದಲನೆಯ ಅಧ್ಯಾಯದಲ್ಲಿ ರಂಗದೈವತ ಪೂಜನದ ವಿಧಾನವು ವರ್ಣಿತವಿದೆ. ಈ ವಿಧಾನದ ಸಲುವಾಗಿ ರಂಗಪೂಜೆ ಮತ್ತು ಬಲಿ ಇವೆರಡು ಶಬ್ದಗಳು ಪರ್ಯಾಯಗಳಂತೆ ಬಳಕೆಯಾಗಿವೆ. ಈ ವಿಧಾನದಲ್ಲಿ ರಂಗಪೀಠದ ಮೇಲೆ ಬ್ರಾಹ್ಮಮಂಡಲ ಮತ್ತು ಅದರೊಳಗೆ ವಿವಿಧ ದೇವತೆಗಳನ್ನು ಸ್ಥಾಪನೆ ಮಾಡುವದಿದೆ. ಆ ಮೇಲೆ ಪ್ರತಿಯೊಂದು ದೇವತೆಗೆ ವಿಧಿಪೂರ್ವಕ ಅರ್ಚನೆ, ಜರ್ಜರ ಪೂಜೆ ಮತ್ತು ಹೋಮಗಳು ನಡೆಯುತ್ತವೆ. ಕೊನೆಯಲ್ಲಿ ಉದ್ಯೋತನದ ವಿಧಾನವಿದೆ, ಅದು ಪರವರ್ತೀ ಪೂಜಾವಿಧಿಯಲ್ಲಿನ ಆರತಿಗೆ ಸಮನಾಗಿದೆ.

ಬ್ರಾಹ್ಮಮಂಡಲದಲ್ಲಿ ಪ್ರತಿಷ್ಠಿತರಾಗುವ ದೇವತೆಗಳ ಪೈಕಿ ಇಂದ್ರ, ಮರುತ, ಅಶ್ವಿನೌ, ಅಗ್ನಿ, ಮೇಧಾ ಮತ್ತು ಧೃತಿ- ಇವು ವೈದಿಕ ಪರಂಪರೆಯ ದೇವತೆಗಳಾಗಿವೆ. ವಿಷ್ಣು ಮತ್ತು ಸರಸ್ವತಿಯಂತಹ ದೇವತೆಗಳು ವೈದಿಕ ಮತ್ತು ಪೌರಾಣಿಕ ಎರಡೂ ಪರಂಪರೆಗಳೊಂದಿಗೆ ಸೇರುತ್ತವೆ. ಆದರೆ ಮಹಾದೇವ, ಪಿತಾಮಹ, ಗುಹ, ಲಕ್ಷ್ಮೀ, ಮತ್ತು ಮಹಾಗ್ರಾಮಣಿ (ಅಭಿನವಗುಪ್ತರ ಪ್ರಕಾರ ಗಣಪತಿ) ಈ ದೇವತೆಗಳು ಮುಖ್ಯವಾಗಿ ಆಗಮ ಮತ್ತು ಪೌರಾಣಿಕ ಪರಂಪರೆಗಳಲ್ಲಿಯೇ ವಿಶೇಷವಾಗಿ ಪೂಜಿತರಾಗಿರುತ್ತಾರೆ.

ಕೆಲವು ದೇವತೆಗಳ ಚಿಹ್ನೆಗಳು, ಅಸ್ತ್ರ-ಶಸ್ತ್ರಾದಿಗಳ ಪೂಜೆಯ ವಿಧಾನವೂ ರಂಗದೈವತ ಪೂಜನದಲ್ಲಿದೆ. ಮೃತ್ಯು, ನಿಯತಿ, ಭೂತಗಣ, ಪಿಶಾಚ, ದೈತ್ಯ ಮತ್ತು ರಾಕ್ಷಸರೂ ಈ ವಿಧಿಯಲ್ಲಿ ಪೂಜ್ಯರಾಗುತ್ತಾರೆ. ನಾಟ್ಯವಿಘ್ನಗಳು ಮತ್ತು ನಾಟ್ಯಕುಮಾರಿಯರು-ಇವು ನಟರ ದೇವತೆಗಳು ಇವಲ್ಲದೇ ನಂದಿ, ದಕ್ಷ, ಗರುಡ, ವಿಶ್ವೇದೇವರು, ಮುನಿ ಮತ್ತು ದೇವರ್ಷಿಗಳೂ ಇದೇ ಸಂದರ್ಭದಲ್ಲಿ ಉಲ್ಲಿಖಿತರಾಗಿರುವರು. ಇಷ್ಟೇ ಅಲ್ಲ, ಭರತ ಮುನಿಯು ಸೂತ್ರಧಾರನಿಗೆ ಅವನ ಮೇಳದಲ್ಲಿ ಬೇರೆ-ಬೇರೆ ಯಾವೆಲ್ಲ ದೇವತೆಗಳು ಪೂಜ್ಯರಿರುವರೋ ಅವರನ್ನೂ ರಂಗದೈವತ ಪೂಜನದೊಳಗೆ ಪ್ರತಿಷ್ಠೆ ಮಾಡಲಿ ಎಂದು ಅವಕಾಶ ಕೊಟ್ಟಿದ್ದಾನೆ.

ಆಗಮ ಗ್ರಂಥಗಳಲ್ಲಿ ಭೂಮಿಪೂಜನ ಮತ್ತು ವಾಸ್ತುಪೂಜೆಯ ವಿಧಾನಗಳು ಏನೇನಿವೆಯೋ ಅವುಗಳೊಂದಿಗೆ ಇವೆಲ್ಲ ವಿಧಾನಗಳ ಸಮಾನತೆಯಿದೆ. ಮೃಗೇಂದ್ರಾಗಮ ಮತ್ತು ಅಜಿತಾಗಮಗಳಲ್ಲಿ ಹೇಳಿರುವ ವಿಧಾನಗಳೇ ಪ್ರಾಯಃ ರಂಗದೈವತ ಪೂಜನದಲ್ಲಿ ಯಥಾವತ್ತಾಗಿ ಪ್ರತಿಬಿಂಬಿತವಾಗಿವೆ.

ರಂಗದೈವತ ಪೂಜನದಲ್ಲಿ ವೈದಿಕಯಜ್ಞದ ಆತ್ಮವು ಪರಿವ್ಯಾಪ್ತವಾಗಿದೆಯೆಂದು ಕ್ವಾಯಿಪರ್ ಹೇಳುತ್ತಾನೆ.

ಡಾ. ನತಾಲಿಯಾ ಲಿಡೋವಾ ಇದನ್ನು ವೈದಿಕ ಯಾಜ್ಞಿಕ ಪರಂಪರೆಯ ಬದಲಿಗೆ ಹಿಂದೂಸ್ಥಾನಪದ್ಧತಿಯೊಂದಿಗೆ ಸಂಬಂಧ ಕಲ್ಪಿಸುವ ಪಕ್ಷದಲ್ಲಿದ್ದಾರೆ. ವಸ್ತುತಃ ನಾಟ್ಯಶಾಸ್ತ್ರವು ನಿಗಮ ಮತ್ತು ಆಗಮ ಪರಂಪರೆಗಳಲ್ಲಿ ಭೇದಬುದ್ಧಿಯನ್ನು ನಿರಸ್ತಗೊಳಿಸುತ್ತದೆ.

ರಂಗದೈವತ ಪೂಜನದ ಸಮಗ್ರ ವಿಧಾನದ ಆತ್ಮವು ನೈಗಮಿಕವಾಗಿದೆ; ಅದರ ಕಳೇವರವು ಆಗಮಿಕವಾಗಿದೆ.

ನಾಟ್ಯಶಾಸ್ತ್ರದ ಎರಡನೆಯ ಅಧ್ಯಾಯದಲ್ಲಿ ಭರತಮುನಿಯು ಪ್ರೇಕ್ಷಾಗಾರ ಅಥವಾ ನಾಟ್ಯಮಂಟಪವನ್ನು ನಿರ್ಮಿಸುವ ವಿಧಾನವನ್ನು ವಿಸ್ತಾರವಾಗಿ

ಹೇಳಿದ್ದಾನೆ. ರಂಗಸಾಲೆಯ ಸ್ಥಾಪತ್ಯ ಮತ್ತು ವಾಸ್ತುವಿನ ವಿವರವನ್ನು ಕೊಡುವುದರೊಂದಿಗೆ ಅವನು ರಂಗಸಾಲೆಯ ಯಾವ ಭಾಗದಲ್ಲಿ ಯಾವ ದೇವತೆಯ ವಾಸವಿರುತ್ತದೆಯೆಂಬುದನ್ನೂ ಹೇಳಿದ್ದಾನೆ.

ಭರತಮುನಿಯ ಅನುಸಾರ ರಂಗಸಾಲೆಯು ಎರಡು ಸಮಾನ ಭಾಗಗಳಲ್ಲಿ ಹಂಚಿರುತ್ತದೆ. ಇದರ ಅರ್ಧಭಾಗವು ಕಲಾವಿದರ ಸಲುವಾಗಿರುತ್ತದೆ. ಅದರಲ್ಲಿ ನೇಪಥ್ಯಗೃಹ, ರಂಗಶೀರ್ಷ ಮತ್ತು ರಂಗಪೀಠ ಎಂಬ ಮೂರು ಭಾಗಗಳಿರುತ್ತವೆ. ನೇಪಥ್ಯಗೃಹದಿಂದ ರಂಗಶೀರ್ಷದ ಮೇಲೆ ಕಲಾವಿದರ ಪ್ರವೇಶಕ್ಕೆಂದು ಎರಡು ದ್ವಾರಗಳಿರುತ್ತವೆ. ರಂಗಶೀರ್ಷದ ಮೇಲೆ ವೇದಿಕೆ ಅಥವಾ ವೇದಿಯನ್ನು ನಿರ್ಮಿಸಲಾಗಿರುತ್ತದೆ. ಉಳಿದರ್ಧ ಭಾಗವು ಪ್ರೇಕ್ಷಾಗಾರವಾಗಿರುತ್ತದೆ.

ನೇಪಥ್ಯದಲ್ಲಿ ಸೂರ್ಯನ ಮತ್ತು ನೇಪಥ್ಯದ ಬಾಗಿಲ ಎರಡೂ ಹೊಸ್ತಿಲುಗಳಲ್ಲಿ ನಿಯತಿಯ ಮತ್ತು ಮೃತ್ಯುವಿನ ವಾಸವಿರುತ್ತದೆ. ರಂಗಶೀರ್ಷದ ವೇದಿಕೆಯ ಮೇಲೆ ಅಗ್ನಿಯ ಅಧಿವಾಸವಿರುತ್ತದೆ. ನಾಟಕವನ್ನಾಡುವ ರಂಗಪೀಠದ ಮೇಲೆ ಬ್ರಹ್ಮನು ಪ್ರತಿಷ್ಠಿತನಾಗಿದ್ದಾನೆ. ಪ್ರೇಕ್ಷಕರು ಕುಳಿತಿರುವ ಪ್ರೇಕ್ಷಾಗಾರದಲ್ಲಿ ಸಮುದ್ರದ ಸ್ಥಿತಿಯಿದೆ. ಇದೇ ರೀತಿ ರಂಗಸಾಲೆಯ ಇನ್ನಷ್ಟು ಸ್ಥಳಗಳಲ್ಲಿಯೂ ಬೇರೆ ಬೇರೆ ದೇವತೆಗಳ ನಿವಾಸ ಇರುತ್ತದೆ.

ರಂಗಸಾಲೆಯಲ್ಲಿ ವಿವಿಧ ದೇವತೆಗಳು ನೆಲೆಸಿರುವರೆಂಬ ವಿಷಯವು ಧಾರ್ಮಿಕಕ್ಕಿಂತ ಹೆಚ್ಚಾಗಿ ರಂಗದ ಶಾಸ್ತ್ರ ಮತ್ತು ತಂತ್ರಗಳಿಗೆ ಸಂಬಂಧಿಸಿದೆ. ಇದರಲ್ಲಿ ಏಳುವ ಪ್ರಶ್ನೆಯೆಂದರೆ ಉಳಿದ ದೇವತೆಗಳನ್ನಾದರೋ ಅವರವರ ಸ್ಥಳದಲ್ಲಿ ಸ್ಥಾಪಿಸಲಾಗಿದೆ. ಆದರೆ ರಂಗಸಾಲೆಯಲ್ಲಿ ನಿಯತಿ ಮತ್ತು ಮೃತ್ಯುಗಳನ್ನು ಕೂರಿಸುವುದರ ಅರ್ಥವೇನು?

ಯಾವ ಎರಡು ಬಾಗಿಲುಗಳಿಂದ ಕಲಾವಿದನು ನೇಪಥ್ಯಗೃಹದಿಂದ ಹೊರಟು ರಂಗದ ಮೇಲೆ ಬರುವನೋ ಅವುಗಳ ಪೈಕಿ ಒಂದರ ಹೊಸ್ತಿಲ ಮೇಲೆ ನಿಯತಿಯಿದೆ, ಮತ್ತೊಂದರ ಹೊಸ್ತಿಲ ಮೇಲೆ ಮೃತ್ಯುವಿದೆ. ಕಲಾವಿದನು ನೇಪಥ್ಯಗೃಹದಿಂದ ಹೊರಟು ರಂಗದ ಮೇಲೆ ಬರುವುದಿದ್ದಾಗ ಅವನು ನಿಯತಿ ಮತ್ತು ಮೃತ್ಯುಗಳ ಹೊಸಿಲನ್ನು ದಾಟುತ್ತಾನೆ. ಅವನು ತನ್ನ ನಿಯತಿಯ ಅತಿಕ್ರಮಣ ಮಾಡುತ್ತಾನೆ ಮತ್ತು ತನ್ನದೇ ಮರಣದಿಂದಲೂ ಹಾಯುತ್ತಾನೆ. ರಂಗಸ್ಥಳದ ಮೇಲೆ ಬರುವುದೆಂದರೆ ಕಲಾವಿದನ ಮೃತ್ಯುವಾಗಿದೆ. ಆಗಲೇ ಯಾರ ಅಭಿನಯವನ್ನು ಮಾಡುವುದಿದೆಯೋ ಆ ಎರಡನೆಯ ವ್ಯಕ್ತಿಯನ್ನು ಜೀವಂತಗೊಳಿಸಿ ನಿಲ್ಲಿಸುತ್ತಾನೆ. ಭರತಮುನಿಯು ನೇಪಥ್ಯಗೃಹದಿಂದ ಹೊರಗೆ

ಹೋಗುವ ಬಾಗಿಲಿನಲ್ಲಿ ನಿಯತಿ ಹಾಗೂ ಮೃತ್ಯುವಿನ ಅಧಿಷ್ಠಾನವನ್ನು ಹೇಳುವ ಮೂಲಕ ತಿಳಿಯಪಡಿಸುವದು ಇದನ್ನೇ. ಈ ಮಾತಿನ ತಿರುಳನ್ನು ಅವನು ಅಭಿನಯದ ತತ್ವವನ್ನು ತಿಳಿಯಪಡಿಸುತ್ತ 'ಪರಕಾಯಪ್ರವೇಶ'ದ ಆಶಯದಿಂದ ಹೇಳುತ್ತಾನೆ. ಕಲಾವಿದನಾದವನು ರಂಗದ ಮೇಲೆ ಅಭಿನಯ ಮಾಡುತ್ತಿದ್ದರೆ, ಆಗ ಅವನು ತನ್ನ ದೇಹವನ್ನು ತೊರೆದು ಇನ್ನೊಂದು ದೇಹದೊಳಗೆ ಪ್ರವೇಶ ಮಾಡಿದ ಜೀವವಾಗಿರುತ್ತಾನೆ. (೨೦.೮೮.೯೧) ಇದು ಕಲಾವಿದನ 'ಪರಭಾವಕರಣ' ಆಗಿದೆ. ಇದರ ಸಲುವಾಗಿ ಪರಕಾಯ ಪ್ರವೇಶದಂತಹ ಕಠಿಣ ಸಾಧನೆಯನ್ನು ಮಾಡಬೇಕಾಗುತ್ತದೆ.

ವೇಷೇಣ ವರ್ಣಕಶ್ಚೈವ ಛಾದಿತಃ ಪುರುಷಸ್ತಥಾ।
ಪರಭಾವಂ ಪ್ರಕುರುತೇ ಯಸ್ಯ ವೇಷಂ ಸಮಾಶ್ರಿತಃ॥

ಸ್ಟಾನಿಸ್ಲಾವಿಸ್ಕಿಯೂ ಸಹ ತನ್ನ ಆಂತರಿಕ ವಾಸ್ತವದ (Inner Realism) ಚರ್ಚೆಯನ್ನು ಮಾಡುತ್ತ 'ಕಲಾವಿದನು ಉತ್ಸರ್ಗ ಮತ್ತು ವಿಸರ್ಗಗಳ ಮುಖಾಂತರ ಮತ್ತಾರದೋ ನಿಲುವಂಗಿಯ ಕಡೆಗೆ ತಲುಪಬೇಕಾಗುತ್ತದೆ' ಎನ್ನುತ್ತಾನೆ.

ನಿಯತಿಯನ್ನು ಉಲ್ಲಂಘಿಸಿಯೇ ಮತ್ತು ಮೃತ್ಯುವಿನಿಂದ ಪಾರಗಂಡೇ ಕಲಾವಿದನು ಸರಿಯಾದ ರೀತಿಯಲ್ಲಿ ರಂಗದ ಮೇಲೆ ತಲುಪುತ್ತಾನೆ. ಈ ರಂಗದ ಮೇಲೆ ಬ್ರಹ್ಮನು ಪ್ರತಿಷ್ಠಿತನಿದ್ದಾನೆ. ಬ್ರಹ್ಮನು ಸೃಷ್ಟಿಕರ್ತ. ರಂಗದ ಮೇಲೆ ಪ್ರತಿಸಲವೂ ಹೊಸಸೃಷ್ಟಿಯಾಗುತ್ತದೆ. ಈ ಸೃಷ್ಟಿಯಾಗುವುದನ್ನು ಯಾರು ಪ್ರೇಕ್ಷಕರಾಗಿ ನೋಡುತ್ತಿರುವರೋ ಅವರು ರಂಗಪೀಠದ ಎದುರಿಗೆ ಕುಳಿತಿದ್ದಾರೆ. ರಂಗಪೀಠದ ಎದುರಿಗೆ ಪ್ರೇಕ್ಷಾಗಾರವಿದೆಯಲ್ಲದೇ ಪ್ರೇಕ್ಷಾಗಾರದ ದೇವತೆಯು ಸಮುದ್ರವಾಗಿದೆ.

ನಿಯತಿಯನ್ನು ಮತ್ತು ಮೃತ್ಯುವನ್ನು ಮೀರುವುದು ಸುಲಭವಲ್ಲ. ಆದರೆ ಕಲಾವಿದನಿಗೆ ಇದು ಅನಿವಾರ್ಯ. ಸಮುದ್ರದಲ್ಲಿರುವುದೂ ಸುಲಭವಲ್ಲ. ಆದರೆ ಪ್ರೇಕ್ಷಕನು ಇರಲೇ ಬೇಕು.

ಕೆಲವು ಕಲಾವಿದರಿಗೆ ನಿಯತಿಯ ಮತ್ತು ಮೃತ್ಯುವಿನ ಆಚೆಗೆ ತಲುಪುವದು ಸಾಧ್ಯವಾಗುವುದು ಒಂದು ಸಹಜಕ್ರಿಯೆಯಾಗಬಹುದು. ಕೆಲವು ಪ್ರೇಕ್ಷಕರಿಗೆ ನಾಟಕದ ಬೋಧವು ಸಾಗರವೆಂದಾದರೆ ಅದರಲ್ಲಿ ಮುಳುಗುವುದು ಸಹಜ ಕ್ರಿಯೆಯಾಗಬಹುದು. ಯಾರಿಗೆ ಇದು ಸಹಜವಾಗಿಲ್ಲವೋ ಅವರಿಗೆ ತರಬೇತಿಯ ಅಗತ್ಯವಿರುತ್ತದೆ.

ಸ್ಟಾನಿಸ್ಲಾವ್‌ಸ್ಕಿಯ ಸಹಾಯಕರ ಪೈಕಿ ವಖ್ತಾಂಗಾಫನು ಟಿಬೇಟೀಯ ದರ್ಶನದ ಕಡೆಗೆ ವಾಲುತ್ತ ಧ್ಯಾನ ಮತ್ತು ಯೋಗ ಇವುಗಳನ್ನು ಅಭ್ಯಾಸ ಮಾಡಬೇಕೆಂದು ಕಲಾವಿದರಿಗೆ ಸಲಹೆ ನೀಡಿದ್ದನು.

ಕಲಾವಿದನು ರಂಗದ ಮೇಲೆ ತನ್ನನ್ನು ತಾನು ಸ್ವಯಂ ವಿಸರ್ಜಿಸಿಕೊಳ್ಳುತ್ತಾನೆ ಎಂದು ಆರ್ಥೋ ಹೇಳಿದ್ದಾನೆ. ಒಂದರ್ಥದಲ್ಲಿ ಇದು ಅವನ ಮೃತ್ಯುವಾಗಿದೆ. ಹಾಗಾಗಿ ಅವನು ತನ್ನ ರಂಗಭೂಮಿಯನ್ನು ಕ್ರೌರ್ಯದ ರಂಗಭೂಮಿ ಎಂದು ಕರೆದ. ಕಲಾವಿದನು ಪ್ರದರ್ಶನದಲ್ಲಿ ತನ್ನನ್ನು ನಿರ್ಮಮವಾಗಿ ಸಮರ್ಪಣೆ ಮಾಡಬೇಕಾಗುತ್ತದೆ. ಈ ನಿರ್ಮಮವಾಗುವಿಕೆಯು ತನ್ನ ದೇಹದಿಂದ ಜೀವವನ್ನು ಹೊರಹಾಕಿದಂತಿರುತ್ತದೆ. ಯಾರಿಗೆ ಇದು ಸಹಜ-ಸಾಧ್ಯವಲ್ಲವೋ ಅವರಿಗೆ ಇದೊಂದು ಕ್ಲೇಶದಾಯಕ ಪ್ರಕ್ರಿಯೆಯೂ ಆಗಬಹುದು. ಇದು ಸಾಧ್ಯವಾದರೆ ಕಲಾವಿದನು ಗಾಢವಾದ ಸಮಾಧಿಯಲ್ಲಿರುತ್ತಾನೆ ಎಂದು ಆರ್ಥೋ ಹೇಳುತ್ತಾನೆ. ಅವನು ಕಲಾವಿದನನ್ನು ಬೆಂಕಿಯ ಜ್ವಾಲೆಗಳು ಆವರಿಸಿರುವ, ತಾನು ಉರಿದು ಹೋಗುವ ಮುನ್ನ ಪ್ರೇಕ್ಷಕರಿಗೆ ಕೆಲವನ್ನು ತಲುಪಿಸಲು ಪ್ರಯತ್ನ ಮಾಡುತ್ತಿರುವ ಹುತಾತ್ಮನಿಗೆ ಹೋಲಿಕೆ ಮಾಡುತ್ತಾನೆ.

ರಂಗಕರ್ಮವು ಕ್ಲೇಶಗಳಿಂದ ಹಾಯುವುದಾದರೆ ಇವೆಲ್ಲಾ ಕ್ಲೇಶಗಳಲ್ಲಿ ಏನೋ ಒಂದು ಆನಂದವು ಅವಶ್ಯವಾಗಿ ಉಂಟಾಗುತ್ತದೆ. ನಾಟಕವನ್ನು ಮಾಡುವವರು ಅದರ ಕಾರಣದಿಂದ ಮತ್ತೆ-ಮತ್ತೆ ಅದರ ಮೂಲಕ ಹಾಯಲು ಬಯಸುತ್ತಾರೆ. ಏಕೆಂದರೆ ಅವರು ಪ್ರತಿ ಬಾರಿ ಬಟ್ಟೆಯನ್ನು ಬದಲಿಸುತ್ತಾರೆ. ಇದರಿಂದ ಅವರ ಕ್ಲೇಶ ಮತ್ತು ಆನಂದ ಪ್ರತಿಸಲ ಹೊಸದಾಗಿರುತ್ತದೆ.

ರಂಗದ ಮೇಲೆ ಕೆಲಸ ಮಾಡುತ್ತಿರುವ ಕಲಾವಿದನಿಗೆ ಆವಶ್ಯಕವಾಗುವುದು ಎಂದರೆ ಅವನು ಕಲಾವಿದನಾಗಿಯೂ ಮತ್ತು ಅದರೊಂದಿಗೆ ಇನ್ನೇನೋ ಆಗಿಯೂ ಇರಬೇಕು. ಕಲಾವಿದನಾಗಿದ್ದು ಇನ್ನೇನೋ ಆಗುವಿಕೆಯು ಸಹಜ ಇಲ್ಲವೇ ಸುಲಭದ ಸ್ಥಿತಿಯಲ್ಲ. ಅದಕ್ಕಾಗಿ ತಯಾರಿ ಮಾಡುವುದು ಅಗತ್ಯವಾಗಿದೆ. ಈ ತಯಾರಿಯು ಹಲವು ಪಾತಳಿಗಳಲ್ಲಿ ಇರುತ್ತದೆ. ನಾಟ್ಯಶಾಸ್ತ್ರದ ಅಭಿನಯ-ಪ್ರವಿಧಿಯಲ್ಲಿ ಈ ಪಾತಳಿಗಳನ್ನು ದೇಹ, ವಾಣಿ, ಮನಸ್ಸು ಮತ್ತು ಹೊರಸಾಮಗ್ರಿ ಎಂದು ನಾಲ್ಕು ಗುಂಪುಗಳಲ್ಲಿ ವಿಂಗಡಿಸಿ ಕೊಡಲಾಗಿದೆ.

ಈ ನಾಲ್ಕು ಪಾತಳಿಗಳಲ್ಲಿ ಕುಶಲನಾದ ಕಲಾವಿದನು ರಂಗದ ಮೇಲೆ ಸಕ್ರಿಯನಾಗಿದ್ದು ತನ್ನ ಕೆಲಸವನ್ನು ಮಾಡುತ್ತಿರುವ ಸಮಯದಲ್ಲಿ ಒಂದು ಆವರಣವನ್ನು ನೇಯುತ್ತಾನೆ. ಇದೊಂದು ವಿಚಿತ್ರ ವಸ್ತ್ರವಾಗಿರುತ್ತದೆ. ಅದು

ದೃಶ್ಯವಾಗಿಯೂ ಇರುತ್ತದೆ, ಅದೃಶ್ಯವಾಗಿಯೂ ಇರುತ್ತದೆ. ಸ್ಥೂಲವೂ ಆಗಬಲ್ಲದು, ಸೂಕ್ಷ್ಮವೂ ಆಗಿರಬಲ್ಲದು. ಕಲಾವಿದನು ಈ ಆವರಣದೊಳಗೆ ಇರುತ್ತಾನೆ. ಅವನು ತಾನು ಪ್ರೇಕ್ಷಕರಿಗೆ ದೃಶ್ಯವಾಗಿಯೂ ಇರಬಹುದು, ಅದೃಶ್ಯವಾಗಿಯೂ ಇರಬಹುದು.

ಈ ಆವರಣದೊಳಗಿದ್ದು ಕಲಾವಿದನು ಏನು ಮಾಡುತ್ತಾನೆಯೋ ಅದು ರಂಗಸ್ಥಳ, ಕಲಾವಿದ ಮತ್ತು ಅವನಿಂದ ನಿರ್ಮಿತವಾದ ಜಗತ್ತು. ಇದರಲ್ಲಿ ಅಡಕವಾಗಿರುತ್ತದೆ. ಇದನ್ನು ನಾವು 'ರಂಗಪರಿಸರ' ಎಂದು ಕರೆಯಬಹುದು. 'ವೇಷ', 'ಆಚ್ಛಾದನ' ಮತ್ತು 'ಪರಭಾವಕರಣ' ಈ ಮೂರು ಶಾಸ್ತ್ರೀಯ ಶಬ್ದಗಳ ಮೂಲಕ ಭರತಮುನಿಯು ರಂಗಭೂಮಿಯ ಸರ್ವಪ್ರಕ್ರಿಯೆಗಳನ್ನೂ ಸಾರರೂಪದಲ್ಲಿ ತಿಳಿಸಿಕೊಟ್ಟಿದ್ದಾನೆ. ಕಲಾವಿದನು ಯಾವ ವೇಷವನ್ನು ಅಥವಾ ವಸ್ತ್ರವನ್ನು ಧರಿಸುವನೋ ಅದು ಅವನಿಗೊಂದು ಆಚ್ಛಾದನವಾಗುತ್ತದೆ, ಅಥವಾ ಆವರಣ ಆಗುತ್ತದೆ. ಅವನು ಅದರಲ್ಲಿದ್ದುಕೊಂಡು ಪರಭಾವಕರಣ ಮಾಡತೊಡಗುತ್ತಾನೆ. ಆದರೆ ಎಷ್ಟು ಸುಲಭವಾಗಿ ಈ ಪ್ರಕ್ರಿಯೆಯನ್ನು ಭರತಮುನಿಯು ತಿಳಿಸಿ ಕೊಟ್ಟಿರುವನೋ ಅದು ತನಗೆ ತಾನೇ ಅಷ್ಟು ಸುಲಭವಲ್ಲ. ವೇಷ, ಆಚ್ಛಾದನ ಮತ್ತು ಪರಭಾವಕರಣ–ಈ ಮೂರೂ ಪಾತಳಿಗಳಲ್ಲಿ ಇದು ಜಟಿಲ ಮತ್ತು ಸಮ್ಮಿಶ್ರ ಪ್ರಕ್ರಿಯೆಯಾಗಿದೆ. ವೇಷವೆಂದರೆ ವಸ್ತ್ರಾಭರಣಗಳನ್ನು ಧರಿಸಿಕೊಳ್ಳುವುದು, ಮುಖದ ಮೇಲೆ ಬಣ್ಣ ಹಚ್ಚಿಕೊಳ್ಳುವದಷ್ಟೇ ಅಲ್ಲ. 'ವೇಷ' ಶಬ್ದಕ್ಕೆ ನಿಸ್ಸಂದೇಹವಾಗಿ ಈ ಅರ್ಥವೂ ಇದ್ದೇ ಇದೆ. ಕಲಾವಿದನು ತನ್ನಲ್ಲಿ ಯಾವುದೋ ಪಾತ್ರವನ್ನು ತೊಡುತ್ತಾನೆ. ಈ ತೊಟ್ಟುಕೊಳ್ಳುವಿಕೆಯು ಮನಸ್ಸಿನಿಂದ ಆಗುವದು. ಪಾತ್ರವನ್ನು ಮನಸ್ಸು ಧರಿಸಿಲ್ಲವೆಂದಾದರೆ, ಮೇಲು ಮೇಲಿನಿಂದ ವೇಷ ಹಾಕಿಕೊಳ್ಳುವುದರಿಂದ ರಂಗಸ್ಥಳವಾಗಲಾರದು.

ಆದುದರಿಂದ 'ವೇಷ' ಶಬ್ದವು ಕೆಲವು ಪಾರಂಪರಿಕ ನಾಟಕಗಳಲ್ಲಿ ಅಥವಾ ಜಾನಪದ ನಾಟಕಗಳಲ್ಲಿ ಕೇವಲ ಮೇಲಿನ ವೇಷ–ಭೂಷೆಗಳಿಗಷ್ಟೇ ಅಲ್ಲದೆ, ನಾಟಕವಾಡುವ ಎಲ್ಲ ಉಪಕ್ರಮಗಳಿಗೆ ಬಳಕೆಯಾಗುತ್ತದೆ. ಕಲಾವಿದನನ್ನು ಯಾವುದು ಆವೇಷ್ಟಿತಗೊಳಿಸಬಲ್ಲದೋ ಅದು ವೇಷ, ಈ ಆವೇಷ್ಟಿತನಾಗುವಿಕೆಯು ದೇಹದಿಂದ ಮಾತ್ರವಲ್ಲ, ಮನಸ್ಸಿನಿಂದಲೂ ಆಗಬೇಕು. ಹೊರಗಿನ ಆವೇಷ್ಟನವು ಅದಕ್ಕೆ ಸರ್ವಥಾ ಅನಿವಾರ್ಯವಲ್ಲ. ಆದರೆ ಅದು ಕಲಾವಿದನಿಗೆ ತನ್ನ ಪಾತ್ರದ ಆವರಣದೊಳಗೆ ನುಸುಳುವ ಪ್ರಕ್ರಿಯೆಯಲ್ಲಿ ನೆರವಾಗಬಹುದು.

ಹಾಗಾಗಿ ಹೊರಗಿನ ಆವೇಷ್ಟನಕ್ಕೆ ನಾಟ್ಯಶಾಸ್ತ್ರದಲ್ಲಿ ಅತಿಹೆಚ್ಚಿನ ಒತ್ತಾಸೆಯಿಲ್ಲ. ಕಲಾವಿದನು ತನ್ನ ಅಭಿನಯದ ಸರದಿಯಲ್ಲಿ ಸ್ವಯಂ ಮುಖವಾಡವನ್ನು

ನಿರ್ಮಿಸುತ್ತಾನೆ ಹಾಗೂ ನಿರ್ಮಿಸುತ್ತಲೇ ಹೋಗುತ್ತಾನೆ. ಅವನು ತನ್ನ ಚೇತನದ ಅಂಶವನ್ನು ಎಷ್ಟು ತೆಳುವಾದ ಪರೆಯನ್ನಾಗಿ ಮಾಡಿಕೊಳ್ಳುವನೆಂದರೆ– ಅದರಿಂದ ಅವನ 'ಇನ್ನೇನೋ ಆಗುವಿಕೆ' ಹಾಗೂ ಕಲಾವಿದನೂ ಆಗಿರುವಿಕೆಗಳನ್ನು ಒಟ್ಟಿಗೇ ಪ್ರತ್ಯಕ್ಷವಾಗಿ ಕೊಡುವದು ಸಾಧ್ಯವಿರುತ್ತದೆ. ಭರತಮುನಿಯು ಹೇಳಿರುವ ಆಂಗಿಕ ಅಭಿನಯದ ಸೂಕ್ಷ್ಮಗಳೆಲ್ಲವೂ, ಕಲಾವಿದನಿಗೆ ತಾನು ಒಮ್ಮೆಲೇ ತನ್ನಿಂದ ಬೇರೆಯಾಗಿರುವ, ಇನ್ನೇನೋ ಆಗಿ ಕಾಣುವ ಮತ್ತು ಯಾವಾಗಲೂ ಆ ಆವರಣದೊಳಗೆ ಇಣುಕಿ ಕಲಾವಿದನಂತೆಯೂ ಪ್ರಕಟವಾಗುವ ಕಲ್ಪನೆಯನ್ನು ದೃಢವಾಗಿಸುತ್ತ ಚಲಿಸುತ್ತವೆ. ಇದುವೇ ಪರಭಾವಕರಣ. ಇದರಲ್ಲಿ ಪಾತ್ರವು ಮರಣಿಸಿರುವ ಮನುಷ್ಯನ ಶವದಂತಿರುತ್ತದೆ; ಅದರ ಒಳಗೆ ನುಸುಳಿ ಅದನ್ನು ಸಜೀವಗೊಳಿಸಲೂಬೇಕಾಗುತ್ತದೆ; ಅಲ್ಲದೇ ಕಲಾವಿದನು ತನ್ನ ಸ್ವಂತದ್ದಾದ ಜೀವದಲ್ಲಿಯೂ ಇರಬೇಕಾಗುತ್ತದೆ. ಅವನು ತನ್ನ ಸ್ವಂತವು ಭಿನ್ನ ಆವರಣದೊಳಗೆ ಹೋಗುವ ಎಲ್ಲಾ ಪ್ರಕ್ರಿಯೆಗಳ ಸಾಕ್ಷಿಯಾಗಿಯೂ ಇರುತ್ತಾನೆ ಮತ್ತು ಸಾಕ್ಷಿಯಾಗುತ್ತ ಅವನು ಇದರ ನಿಯಂತ್ರಣವನ್ನೂ ಮಾಡುತ್ತಾನೆ.

ನಾಟ್ಯಶಾಸ್ತ್ರದ ಅಥವಾ ಸಂಸ್ಕೃತ ರಂಗಭೂಮಿಯ ಪ್ರಾಸಂಗಿಕತೆಯ ಬೇರೊಂದು ಆಯಾಮವು ನಮ್ಮ ಕಾಲದಲ್ಲಿ ಶ್ರೇಷ್ಠ ಮತ್ತು ಉದಾತ್ತ ರಂಗಭೂಮಿಯ ಸಂಗಡ 'ಅವಾಂತರ' ಅಥವಾ 'ಸಮಾನಾಂತರ' ಪರಂಪರೆಯ ಪುನರಾವಿಷ್ಕಾರದ ಮುಖಾಂತರ ಅನಾವರಣವಾಗಿದೆ. ಉದಾತ್ತ ಕೌಶಲ್ಯ ಬೋಧೆಯಿಂದ ಪ್ರೇರಿತವಾದ ಮಹಾನಾಟಕಗಳ ಪರಂಪರೆಯಿಂದ ದೂರಸರಿದು ಮತ್ತು ಶೃಂಗಾರ, ವಿಲಾಸಗಳ ರಾಗ–ರಂಗುಗಳಲ್ಲಿ ಮುಳುಗಿರುವ, ರೂಪಕಗಳಿಗಿಂತ ಭಿನ್ನವಾದ ಸಂಸ್ಕೃತ ರಂಗಕರ್ಮದ ಪರಂಪರೆಯೊಂದು ಶತಮಾನಗಳತನಕ ವಿರೂಪೀಕರಣವನ್ನು, ವ್ಯಂಗ್ಯಕರಣವನ್ನು ಅಂದರೆ ವಿಕೃತಿ ನಿರೂಪಣೆಯನ್ನು ಆಧಾರವಾಗಿಸಿ ಸಕ್ರಿಯವಾಗಿತ್ತು.

'ವ್ಯಂಗ್ಯ' ಎಂಬ ಶಬ್ದವನ್ನು Satire ಎಂಬರ್ಥದಲ್ಲಿ ಬಳಸುವುದು ಇದೇ ಪರಂಪರೆಯಲ್ಲಾಯಿತು. (ಮುಂದೆ ಕಾವ್ಯಶಾಸ್ತ್ರದಲ್ಲಿ ಧ್ವನಿವಾದಿಗಳು ಈ ಶಬ್ದವನ್ನು ವ್ಯಂಜನಾವೃತ್ತಿಯಿಂದ ತಿಳಿಯಲ್ಪಟ್ಟ ಅರ್ಥಕ್ಕೆ ಸೀಮಿತಗೊಳಿಸಿಬಿಟ್ಟರು) ಭರತನ ನಾಟ್ಯಶಾಸ್ತ್ರದ ಕೊನೆಯ ಅಧ್ಯಾಯದಲ್ಲಿ ನಾಟ್ಯವು ಭೂಮಿಯ ಮೇಲೆ ಇಳಿದುಬಂದ ಕತೆಯು ಬಂದಿದೆ.

'ಭರತನಿಗೆ ನೂರುಮಂದಿ ಮಕ್ಕಳು ಅಥವಾ ಶಿಷ್ಯರು ಇದ್ದರು. ಅವರು ಹಿಮಾಲಯದ ಕ್ಷೇತ್ರದಲ್ಲಿ ಭರತಮುನಿಯ ನಿರ್ದೇಶನದಿಂದ ನಾಟಕಗಳನ್ನು

ಪ್ರದರ್ಶಿಸುತ್ತಿದ್ದರು. ದೇವತೆಗಳ ಮತ್ತು ಅಸುರರ ಯುದ್ಧಗಳನ್ನು ಕುರಿತ ಶ್ರೇಷ್ಠ ಕಥಾನಕಗಳನ್ನಾಧರಿಸಿದ ನಾಟಕಗಳ ಬದಲಿಗೆ ನಿಧಾನವಾಗಿ ಈ ಶಿಷ್ಯಗಣವು ಹೊಸ ಪ್ರಯೋಗಗಳನ್ನು ಮಾಡಲಾರಂಭಿಸಿತು. ಅವರು ತಮ್ಮ ನಾಟ್ಯರೂಪದಲ್ಲಿ ಎಂತಹ ಪ್ರಯೋಗಗಳನ್ನು ಮಾಡತೊಡಗಿದರೆಂದರೆ–ಅವುಗಳಿಂದ ಎಲ್ಲರಿಗೂ ಕಿರಿಕಿರಿಯ ಅನುಭವವಾಗುತ್ತಿತ್ತು. ಈ ಪ್ರಯೋಗಗಳನ್ನು 'ಗಾಮ್ಯಧರ್ಮೀ' ಅಥವಾ 'ಗಾವಿಲಶಿಲ್ಪಕ' ಎಂದು ಕರೆಯಲಾಗಿದೆ. ಆಮೇಲೆ ಬಂದ ನಾಟ್ಯಶಾಸ್ತ್ರಿಗಳು ಶಿಲ್ಪಕವನ್ನು ಉಪರೂಪಕಗಳೊಳಗೆ ಪರಿಭಾಷಿಸಿದ್ದಾರೆ. ಅದೇನೇ ಇರಲಿ, ಗ್ರಾಮ್ಯಧರ್ಮದ ಈ ಶಿಲ್ಪಕಗಳಲ್ಲಿ ಹಿಮಾಲಯದಲ್ಲಿರುವ ಋಷಿಗಳ ಮೇಲಿನ ವ್ಯಂಗ್ಯವಿರುತ್ತಿತ್ತು. ಆ ಪ್ರಯೋಗವು ಅಶ್ರಾವ್ಯ (ಕೇಳಲಾಗದ್ದು) ದುರಾಚಾರ, ನಿಷ್ಠುರ ಮತ್ತು ಅಪ್ರಸ್ತುತವಿರುತಿತ್ತು. (ಎದುರಿಗೆ ಕುಳಿತ್ತಿದ್ದ ಪ್ರೇಕ್ಷಕರ ಮೇಲೆಯೇ ಪರೋಕ್ಷವಾಗಿ ಪ್ರಹಾರ ಮಾಡುವಂತಹದಾಗಿತ್ತು). ಈ ಬಗೆಯ ಶಿಲ್ಪಕದ ಪ್ರಯೋಗವನ್ನು ಅಭಿನವಗುಪ್ತರು ತಮ್ಮ ಟೀಕೆಯಲ್ಲಿ 'ವಿಡಂಬಕ' ಮತ್ತು 'ಗಂಡಸಂಶ್ರಿತ' (ಅನ್ಯಾಪದೇಶದಿಂದ ಹಾಸ್ಯಮಾಡುವುದು) ಎಂದೂ ಕರೆದಿದ್ದಾರೆ. ಇಂತಹ ಶಿಲ್ಪಕದ ಪ್ರಸ್ತುತಿಯಲ್ಲಿ ತಮ್ಮ ಜೀವನದ ಮತ್ತು ಆಚರಣೆಯ ವಿಕೃತ ರೂಪವನ್ನು ನೋಡಿದ ಋಷಿಗಣ ಕ್ರುದ್ಧವಾಯಿತು. ಅವರು– 'ಎಲೈ ದ್ವಿಜರೇ! ಈ ಪರಿಯಿಂದ ನಮ್ಮ ವಿಡಂಬನೆ ಮಾಡಿ ತೋರಿಸುವುದು ಹಾಗೂ ಪರಿಹಾಸ ಮಾಡುವುದು ನಿಮಗೆ ಉಚಿತವಿತ್ತೇ? ಇದು ನಮಗೆ ಸ್ವೀಕಾರ್ಯವಲ್ಲ' ಎಂದು ಹೇಳಿದರು. ಭರತನ ಶಿಷ್ಯರಿಗೆ 'ನಿಮ್ಮ ಜ್ಞಾನವು ನಾಶವಾಗಿ ಹೋಗಲಿ. ನೀವು ವ್ರತ–ನಿಯಮಗಳಿಂದ ಬಾಹಿರರಾಗಿ ಶೂದ್ರಾಚಾರದವರಾಗಿರಿ, ನಿಮ್ಮ ವಂಶವು ಅಪವಿತ್ರವಾಗಲಿ ಮತ್ತು ನಿಮ್ಮ ವಂಶಜರು ಕೂಡಾ ನರ್ತಕರಾಗಲಿ' ಎಂದು ಶಾಪವಿತ್ತರು. ಆಗ ಭರತಮುನಿಯ ಮಕ್ಕಳು ಭರತನ ಬಳಿಗೆ ಹೋಗಿ – 'ನೀವು ನಮ್ಮನ್ನು ನಾಶ ಮಾಡಿಬಿಟ್ಟಿರಿ, ಈ ನಾಟ್ಯದ ದೋಷದಿಂದಾಗಿ ನಾವು ಶೂದ್ರಾಚಾರದವರಾದೆವು' ಎಂದು ಹೇಳಿದರು. ಆಗ ಭರತಮುನಿಯು ಅವರನ್ನು ಸಂತೈಸುತ್ತ– 'ನಿಷ್ಪಾಪಿ ಮಕ್ಕಳೇ! ನೀವು ಸಿಡುಕಬೇಡಿ, ನಾವು ಈ ನಾಟ್ಯವನ್ನು ಶಿಷ್ಯರಿಗೆ ಮತ್ತು ಉಳಿದವರಿಗೆ ಕಲಿಸುತ್ತಿರೋಣ' ಎಂದು ಹೇಳಿದನು.

ನಾಟ್ಯಶಾಸ್ತ್ರದ ಈ ಕತೆಯು ಇಡಿಯ ಪರಂಪರೆಯನ್ನು ಅನಾವರಣ–ಗೊಳಿಸುತ್ತದೆ. ರೂಪಕಗಳ ಸಮಾನವಾಗಿ ಉಪರೂಪಕಗಳ ಪರಂಪರೆಯಿದೆ. ಭರತಮುನಿಗೆ ಶಿಲ್ಪಕದ ಪರಂಪರೆಯ ಪರಿಚಯವಿತ್ತು. ಆದರೆ ಅವನು ಎಲ್ಲಿಯೂ ಶಿಲ್ಪಕದ ನಿರೂಪಣೆಯನ್ನು ಮಾಡಲಾಗಲಿಲ್ಲ. ಕೇವಲ ರೂಪಕವಿಚಾರದ ಅಂತರ್ಗತವಾಗಿಯೇ ಅವನು ನಾಟಿಕೆಯ ಲಕ್ಷಣವನ್ನು ಮಾಡಿದನಲ್ಲದೇ ಉಳಿದ

ಉಪರೂಪಕಗಳ ವಿವೇಚನೆಯನ್ನು ಕೋಹಲನಂತಹ ಬೇರೆಯವರು ಮಾಡುವರು ಎಂಬ ಸೂಚನೆಯನ್ನೂ ನೀಡಿದ. ಭರತನು ರೂಪಕಗಳ ಪರಂಪರೆಯ ವಕ್ತಾರನಾಗಿದ್ದಾನೆ. ಉಪರೂಪಕ ಪರಂಪರೆಯದಲ್ಲ. ರೂಪಕಗಳದ್ದು ಪಂಡಿತ ಜನರಪರಂಪರೆಯಾಗಿದೆ. ಭರತನು ತನ್ನ ಗ್ರಂಥದ ಕೊನೆಯಲ್ಲಿ ಯಾವುದು ತನ್ನಿಂದ ಬಿಟ್ಟುಹೋಗಿರುವದೋ ಅದರ ನಿರೂಪಣೆಯನ್ನು ಕೋಹಲನು ಮಾಡಲಿರುವನು ಎಂದು ತಿಳಿಸಿದನು, ಉಪರೂಪಕ ಪರಂಪರೆಯ ದೊಡ್ಡ ವಾಖ್ಯಾನಕಾರ ಕೋಹಲನೇ ಆದನು.

ಇಷ್ಟೆಲ್ಲ ಇರುವಾಗಲೂ ಅವನ ಸ್ವಂತ ಮಕ್ಕಳು ಅಥವಾ ಶಿಷ್ಯರು ರೂಪಕದ ಪರಂಪರೆಯಿಂದ ಸರಿದು ಶಿಲ್ಪಕವನ್ನು ಮಾಡತೊಡಗಿದಾಗ– ಯಾಕೆ ಶಿಲ್ಪಕವನ್ನು ಮಾಡುತ್ತಿರುವಿರಿ? ಎಂದು ಭರತಮುನಿಯು ಕೇಳಲಿಲ್ಲ, ನಿಷೇಧ ಮಾಡಲಿಲ್ಲ. ಶಿಲ್ಪಕವನ್ನು ಮುಂದೆ ಉಪರೂಪಕಗಳಲ್ಲಿ ಪರಿಭಾಷಿಸಲಾಯಿತು. ಉಪರೂಪಕಗಳ ನಾಟ್ಯಾನುಭವದ ನೆಲೆಯು ರೂಪಕಗಳಿಗಿಂತ ಬೇರೆ ಬಗೆಯದಾಗಿದೆ. ಈ ಸಂದರ್ಭದಲ್ಲಿ ನಾಟ್ಯಶಾಸ್ತ್ರವು ಚರ್ಚಿಸಿರುವ ಶಿಲ್ಪಕವೆಂಬ ಗ್ರಾಮ್ಯಧರ್ಮದ ವ್ಯಂಗ್ಯಕರಣ ಮತ್ತು ವಿಡಂಬಕ ಉಪರೂಪಕದಲ್ಲಿ ಅನುಕೃತಿಯಲ್ಲ, ವಿಕೃತಿಯನ್ನು ಪ್ರಸ್ತುತಪಡಿಸಲಾಗಿತ್ತು. ಭರತಮುನಿಯ ಮತ್ತು ಅಭಿನವಗುಪ್ತರ ವಿವೇಚನೆಗಳಲ್ಲಿ ತೆರೆದುಕೊಳ್ಳುವ ಅನುಕೃತಿಯ ಅರ್ಥದಲ್ಲಿ ಈ ಸಾಕ್ಷಾತ್ಕಾರವು ತನ್ಮಯೀಭಾವದ ಸ್ಥಿತಿಗೆ ಕೊಂಡೊಯ್ಯುತ್ತದೆ. ವಿಕೃತಿಯ ಪ್ರಸ್ತುತಿಯಾಗುತ್ತಿದ್ದರೆ, ಆಗ ತನ್ಮಯೀ ಭಾವ ಹೇಗಾದೀತು? ವಿಕೃತಿಯ ಪ್ರಸ್ತುತೀಕರಣವು ಖೇದ ಅಥವಾ ಜುಗುಪ್ಸೆಯ ಅನುಭವವನ್ನೇ ಎಬ್ಬಿಸುವುದು.

ನಮ್ಮ ರಂಗಭೂಮಿಯಲ್ಲಿ ರೂಪಕಗಳ ಪರಂಪರೆಯ ಸಮಾನಾಂತರವಾಗಿ ಉಪರೂಪಕಗಳ ಪರಂಪರೆಯೂ ಸಕ್ರಿಯವಾಗುಳಿಯಿತು. ಇದು ತನ್ಮಯೀ ಭಾವವನ್ನು ನೀಡುವ ಪರಂಪರೆಯಾಗಿರಲಿಲ್ಲ. ಆನಂದ ಅಥವಾ ರಸಾರ್ದ್ರ– ಗೊಳಿಸುವ ರಂಗಾನುಭೂತಿಯು ಅದರ ಗುರಿಯಾಗಿರಲಿಲ್ಲ. ಹಾಗಿದ್ದರೂ ಅದರಲ್ಲಿ ವಿಕಾಸದ ಸಾಧ್ಯತೆಗಳು ಅಧಿಕವಾಗಿದ್ದವು. ರೂಪಕಗಳ ಸಂಖ್ಯೆಯನ್ನು ಹತ್ತಕ್ಕೆ ಸೀಮಿತಗೊಳಿಸಲಾಯಿತು. ಅಂದರೆ ಅವುಗಳಲ್ಲಿ ಸಂರಚನೆ ಮತ್ತು ವಸ್ತು ವಿಷಯಗಳ ಪಾತಳಿಯಲ್ಲಿ ವಿಕಾಸದ ಮತ್ತು ನವ್ಯತೆಯ ಸಾಧ್ಯತೆಗಳು ಕಡಿಮೆಯಿದ್ದವು. ಆದರೆ ಉಪರೂಪಕಗಳ ಸಂಖ್ಯೆಯು ಒಂದೇ ಸಮನೆ ಹೆಚ್ಚುತ್ತಿತ್ತು. ಅಭಿನವಗುಪ್ತಾಚಾರ್ಯರಿಂದ ತೊಡಗಿ ಹತ್ತೊಂಬತ್ತನೆಯ ಶತಮಾನದವರೆಗೆ, ನಾಟ್ಯಶಾಸ್ತ್ರವಿಷಯಕ ಗ್ರಂಥಗಳಿಂದ ಅಥವಾ ಟೀಕೆಗಳಿಂದ ವಿವರಗಳನ್ನು ಕಲೆ ಹಾಕಿದ ಮೇಲೆ, ಒಟ್ಟಾರೆ ಉಪರೂಪಕಗಳ ಸಂಖ್ಯೆಯು ಐವತ್ತರತನಕ ತಲುಪುತ್ತದೆ.

ಈ ಉಪರೂಪಕಗಳ ಪ್ರದರ್ಶನವು ಗಲ್ಲಿಗಲ್ಲಿಗಳಲ್ಲಿ, ನಾಲ್ಕುರಸ್ತೆಗಳು ಕೂಡಿದಲ್ಲಿ, ಸಂತೆಪೇಟೆಯಲ್ಲಿ, ಊರು–ಕೇರಿಗಳಲ್ಲಿ ಅಥವಾ ಮದಿರಾಲಯಗಳವರೆಗೆ ಆಗಬಹುದಾಗಿತ್ತು. ಅವುಗಳ ಪೈಕಿ ಕೆಲವುಗಳ ಪಾತ್ರಗಳೂ ಮಧ್ಯಮವರ್ಗ ಅಥವಾ ಕೆಳವರ್ಗದ ಜನರವಾಗಿರುತ್ತಿದ್ದವು. ಉಪರೂಪಕಗಳ ಪರಂಪರೆಯು ದೇಶಜನ್ಯ ಮತ್ತು ಜಗತ್ತಿನ ರೋಚಕಗಳ ನಿರೂಪಣೆಯನ್ನು ಮಾಡುತ್ತದೆ. ಇದರಲ್ಲಿ ನಾಟ್ಯಾನುಭವವೆಂಬುದು ತನ್ಮಯತೆಯ ಬದಲಾಗಿ ಒತ್ತಡ (Tension) ಮತ್ತು ದ್ವಂದ್ವಗಳಲ್ಲಿ ಹೋಗಿ ನಾಟುತ್ತದೆ. ಅಭಿನವಗುಪ್ತರು, ಹೇಮಚಂದ್ರ, ರಾಮಚಂದ್ರ, ಗುಣಚಂದ್ರ, ಅಮೃತಾನಂದ, ಶಾರದಾತನಯ, ವಿಶ್ವನಾಥ ಮೊದಲಾದ ಹಲವರು ಕೋಹಲನ ಲಕ್ಷಣಗಳ ಆಧಾರದ ಮೇಲೆ ಉಪರೂಪಕಗಳ ಪ್ರತಿಪಾದನೆ ಮಾಡಿದರು. ಕೆಲವರು ಕ್ಷೇತ್ರೀಯ ಹಾಗೂ ಅಂಚಡಿಯ (ಸೆರಗುಪ್ರದೇಶ ಆಂಚಲ) ನಾಟ್ಯರೂಪಗಳನ್ನು ಸಂಗ್ರಹ ಮಾಡಿ, ಉಪರೂಪಕಗಳ ಮಾಧ್ಯಮದಿಂದ ಶಾಸ್ತ್ರೀಕರಣ ಮಾಡಿದರು.

ಲೋಕಪ್ರಚಲಿತ ಅಭಿನಯಪ್ರವಿಧಿಗಳ ಅಥವಾ ಸ್ಥಳೀಯ ನಾಟ್ಯರೂಪಗಳ ತಂತ್ರದ ಸ್ವರೂಪವು ಉಪರೂಪಕಗಳ ವಿವೇಚನೆಯಲ್ಲಿ ವಿಶೇಷವಾಗಿ ಕಂಡು ಬರುತ್ತದೆ. ಉಪರೂಪಕಗಳ ಈ ಪರಂಪರೆಯು ಪರಿಷ್ಕಾರದ ರಂಗವನ್ನು ಕೂಡ ಅಂತಃಕ್ರಿಯೆಗಳ ಮೂಲಕ ಪ್ರಭಾವಿಸುತ್ತ ಬರುತ್ತದೆ. ಭರತಮುನಿಯು ಮೂಲತಃ ಶ್ರೇಷ್ಠ ಜನರ (ಶಿಷ್ಟರ) ಪರಿಷ್ಕೃತ ರಂಗಭೂಮಿಯ ಸಿದ್ಧಾಂತಕಾರನಾಗಿದ್ದಾನೆ. ಆದರೆ ಅವನು ತನ್ನ ಕಾಲದಲ್ಲಿ ಪ್ರಚಲಿತವಿದ್ದ ಅಥವಾ ಮೊದಲಿನಿಂದ ನಡೆದು ಬರುತ್ತಿದ್ದ ರಂಗಭೂಮಿಯ ಪ್ರಪಂಚಕ್ಕೆ ಸೇರಿದ ವಿಧಗಳು ಪ್ರವಿಧಿಗಳ, ಸಂಗ್ರಹವನ್ನು ಅಲ್ಲಲ್ಲಿ ಮಾಡುತ್ತಾನೆ.

ರೂಪಕಗಳ ಸಮಾನಾಂತರವಾಗಿ ಉಪರೂಪಕಗಳ ಪರಂಪರೆಯು ಹೇಗೆ ಗತಿಶೀಲವಾಗಿರುವುದೋ ಹಾಗೆಯೇ ಮಹಾಕಾವ್ಯಗಳ ಸಮಾನಾಂತರವಾಗಿ ಜನಜೀವನದೊಂದಿಗೆ ಬೆರೆತ ಕವಿಗಳ ಸಂಸ್ಕೃತ ಕಾವ್ಯಪರಂಪರೆ ಕೂಡಾ ನಡೆದು ಬಂದಿದೆ. ಇದು ಎರಡನೆಯ ಪರಂಪರೆ. ಇದರಲ್ಲಿ ಕವಿತೆಯಿಂದ ಅಥವಾ ನಾಟಕದಿಂದ ದೊರೆಯುವ ಅನುಭವವು ಭಾವದಲ್ಲಿ ನಿಮಜ್ಜನಗೊಳಿಸುವದಾಗಿರ–ಲಾರದು. ಇದು ನೋಡುವ ಮತ್ತು ಅರ್ಥಯಿಸುವ ಅನುಭವವಾಗಬಹುದು.

ಈ ಅನುಭವದಲ್ಲಿ ಶೃಂಗಾರಕ್ಕೆ ಮತ್ತು ಮೆಚ್ಚಿಸಿ–ಮರುಳುಗೊಳಿಸುವುದಕ್ಕೂ ಅವಕಾಶವಿಲ್ಲ.

ಶಾಂತ ಮತ್ತು ಹಾಸ್ಯ, ಎರಡೂ ರಸಗಳ ಕಲ್ಪನೆಯು ರಸಾಸ್ವಾದದ ಪಾರಂಪರಿಕ ಅವಧಾರಣೆಗೆ ವಿರುದ್ಧವಾಗಿ ಹೋಗುತ್ತದೆ. ಬೇರೆ ಎಲ್ಲಾ ರಸಗಳಲ್ಲಿ ಸ್ಥಾಯೀಭಾವವು ರಸವಾಗುತ್ತದೆ. ಶಾಂತ ಮತ್ತು ಹಾಸ್ಯರಸಗಳಲ್ಲಿ ನಿರ್ಲಿಪ್ತವಾಗಿದ್ದು ಅವುಗಳ ಬಗೆಗೆ ನಗಬಲ್ಲ ಕ್ಷಮತೆಯನ್ನಿರಿಸಿಕೊಳ್ಳಬೇಕಾಗುತ್ತದೆ.

ರೂಪಕಗಳ ಮತ್ತು ಮಹಾಕಾವ್ಯಗಳ ಮಹತಿ ಹಾಗೂ ಉದಾತ್ತಪರಂಪರೆಯ ಮೇಲೆ ಉಪರೂಪಕಗಳ ಈ ಪರಂಪರೆಯದೇ ಪ್ರಭಾವವಿದೆ. ಅಭಿನವಗುಪ್ತರಿಂದ ಹಿಡಿದು ಕಾವ್ಯಶಾಸ್ತ್ರವು ರಸರಾಜ ಶೃಂಗಾರವನ್ನು ಬಿಟ್ಟು ಉಳಿದ ರಸಗಳಲ್ಲಿ ಕಾವ್ಯಾನುಭವದ ಮೂಲವನ್ನು ಕಂಡುಹಿಡಿಯಲು ತೊಡಗುತ್ತದೆ. ಅಭಿನವಗುಪ್ತರು ಶೃಂಗಾರವು ಮೂಲರಸವೆಂದು ಹೇಳುವುದಿಲ್ಲ. ಮೂಲ ರಸಗಳ ರೂಪದಲ್ಲಿ ಅವರು ಶಾಂತ ಮತ್ತು ಹಾಸ್ಯ– ಇವೆರಡು ರಸಗಳ ಕುರಿತು ಮಾತನಾಡುತ್ತಾರೆ. ಶಾಂತರಸವನ್ನು ಮೂಲವೆಂದು ಹೇಳಿರುವುದರ ಹಿಂದೆ ಶೈವದರ್ಶನದ ಹಾಗೂ ಶುದ್ಧರು ಮತ್ತು ನಿಸ್ಪೃಹರಾಗಿದ್ದು ಜೀವನದ ರಹಸ್ಯವನ್ನು ತೆರೆದಿಡುವ ಸಂತರ ಕವಿತೆಗಳ ಪ್ರಭಾವವಿದ್ದೀತು. ಆದರೆ ಹಾಸ್ಯರಸವನ್ನು ಸರ್ವಸಾಧಾರಣವೆಂದು ಹೇಳಿರುವುದರ ಹಿಂದೆ ಯಾವ ಪರಂಪರೆಯಿದೆ? ಋಷಿಗಳ ಮೇಲೆ ವ್ಯಂಗ್ಯವನ್ನು ಮಾಡುವಂತಹ ಗ್ರಾಮ್ಯಧರ್ಮವುಳ್ಳ ವಿಡಂಬಕ ಶಿಲ್ಪಕದ ಉಲ್ಲೇಖ ಮಾಡಿ ಭರತಮುನಿಯು ಸೂಚಿಸಿದ ಹಾಗೂ ಅವನ ಅನಂತರ ಒಂದೇ ಸಮನೆ ಬೆಳೆಯುತ್ತಲಿದ್ದ ಅದೇ ಪರಂಪರೆಯು ಇದಲ್ಲವೇನು?

ಶಾಂತರಸದ ಉಲ್ಲೇಖವನ್ನು ಜೈನಾಚಾರ್ಯ ಆರ್ಯರಕ್ಷಿತನು ಮೊಟ್ಟಮೊದಲಿಗೆ ತನ್ನ **ಅನುಯೊಗ ಸೂತ್ರದಲ್ಲಿ** ಮಾಡಿದ್ದಾನೆ. ಆರ್ಯರಕ್ಷಿತನ ಕಾಲವು ಕ್ರಿ. ಶ. ಮೂರನೆಯ ಶತಮಾನ. ಈ ವಿವೇಚನೆಯಿಂದ ಸಂಸ್ಕೃತ ನಾಟಕದ ಎರಡು ಕವಲುಗಳನ್ನು ತಿಳಿಯಬಹುದಾಗಿದೆ. ಒಂದನೆಯದು ಉದಾತ್ತ ಮತ್ತು ಮಹಾನ್ ನಾಟಕಗಳ ಪರಂಪರೆ. ಇದು ಜೀವನವನ್ನು ಪ್ರೀತಿಸುವುದನ್ನು ಕಲಿಸುತ್ತದೆ. ಆದರೆ ಈ ಪ್ರೀತಿಸುವಿಕೆಯಲ್ಲಿ ಸಂಸ್ಖಲನದ ಬಿಂದುವೂ ಇದೆ. ಈ ಕವಲು ಅಲ್ಲಲ್ಲಿ ಮರಳುಗೊಳಿಸುವುದು. ರಸವಿಹ್ವಲವಾದಾಗ ಪರಕೀಯ ರತಿಯ ನೀಚತನದಲ್ಲಿ ಹಾಗೂ ಲಘುತ್ವದಲ್ಲಿ ಸಿಲುಕಿ ಉಸಿರುಬಿಡುತ್ತದೆ. ಎರಡನೆಯ ಕವಲಿನಲ್ಲಿ ನಾಟಕವು ಅಘೋರಿಗಳ ಮತ್ತು ಪರಮಹಂಸರ ಪರಂಪರೆಗೆ ಸೇರುತ್ತದೆ. ಇಲ್ಲಿಯೂ ಕೂಡ ಸಂಸ್ಖಲನದ ಅಪಾಯವು ಅಷ್ಟೇ ಇದೆ. ಇಲ್ಲಿ ನಾಟಕವು ಯಾವ ವಸ್ತುವಿನ ಹಾಸ್ಯಾಸ್ಪದತೆಯನ್ನು ಹೇಳುತ್ತದೆಯೋ ಅದರಲ್ಲಿ, ನಗುವುದಕ್ಕಾಗಿ ಅದರಿಂದ ಮೇಲೇಳುವ ಕ್ಷಮತೆಯಿರಬೇಕು. ಯಾವ ವಸ್ತುಗಳ ಕುರಿತು ನಾಟಕಕಾರನು ನಗುತ್ತಿರುವನೋ ಅವುಗಳಲ್ಲಿಯೇ ಅವನು ರಸಪಡೆಯತೊಡಗಿದರೆ

ತನ್ನ ಪ್ರಯೋಜನವನ್ನು ಕಳೆದುಕೊಳ್ಳುತ್ತಾನೆ. ಆದರೂ ಸಂಸ್ಕೃತದ ಹಲವು ಪ್ರಹಸನಗಳಲ್ಲಿ ಮತ್ತು ಭಾಷಣಗಳಲ್ಲಿ ಈ ಪ್ರಯೋಜನವು ಸರಿಯಾಗಿ ಸತ್ಯಾಪಿತ–ವಾಗಿದೆ. 'ಭಗವದಜ್ಜುಕಮ್' ಹಾಗೂ 'ಮತ್ತವಿಲಾಸ'ದಂತಹ ಪ್ರಹಸನಗಳನ್ನು ಮತ್ತು ಚತುರ್ಭಾಣಿಯ ಭಾಣಗಳನ್ನು ಇದೇ ಪರಂಪರೆಯಲ್ಲಿ ಬರೆಯಲಾಗಿದೆ. ಇಪ್ಪತ್ತನೆಯ ಶತಮಾನದ ಕಲಾಜಗತ್ತು ಸಂಸ್ಕೃತದ ಈ ಪ್ರಹಸನಗಳನ್ನು ಮತ್ತು ಭಾಣಗಳನ್ನು ಬ್ರೆಖ್ಟನ ಹಾಗೂ ಆಧುನಿಕೋತ್ತರ ರಂಗಭೂಮಿಯ ಕಾಲದಲ್ಲಿ ಪುನರಾವಿಷ್ಕಾರ ಮಾಡಿದೆ. ಭಗವದಜ್ಜುಕಮ್ ಮತ್ತು ಮತ್ತವಿಲಾಸ ಇವೆರಡರಲ್ಲಿ ಶಾಂತ ಹಾಗೂ ಹಾಸ್ಯರಸಗಳ ದುರ್ಲಭ ಮಿಶ್ರಣವಿದೆ. ಪರಕಾಯಪ್ರವೇಶ ತಂತ್ರದ ಮೂಲಕ ಸನ್ಯಾಸಿಯು ಗಣಿಕೆಯಂತೆ ಕಾರ್ಯಮಾಡತೊಡಗುತ್ತಾನೆ ಮತ್ತು ಗಣಿಕೆಯು ಸಂನ್ಯಾಸಿಯಂತೆ ಕಾರ್ಯಮಾಡಲಾರಂಭಿಸುತ್ತಾಳೆ. ಈ ವಿಸಂಗತಿಯ ಅರಿವು ಕೊನೆಯಲ್ಲಿ ದುಃಖ ಮತ್ತು ತತ್ವದೃಷ್ಟಿಗಳಲ್ಲಿ ಪರ್ಯವಸಾನವಾಗುತ್ತದೆ. ಈ ತತ್ವದೃಷ್ಟಿಯನ್ನು ವಿಸಂಗತಿ, ವಿರೂಪೀಕರಣ ಮತ್ತು ವ್ಯಂಗ್ಯಕರಣಗಳ ದ್ವಾರದಿಂದ ಸಾಗಿ ಪಡೆಯಲಾಗಿದೆ. ಮತ್ತವಿಲಾಸ ಪ್ರಹಸನದಲ್ಲಿ ಸಾಧು ಮತ್ತು ಅವನ ಸಂಗಾತಿ, ನಾಯಿಯ ಕೃತಕ ಕಪಾಲದಲ್ಲಿ ಹೆಂಡ ಕುಡಿಯುತ್ತಾರೆ. ಅಘೋರೀ ಸಾಧುವಿನ ಈ ಆಚರಣೆಯನ್ನು ಬಹಿರಂಗ–ಗೊಳಿಸಲು ಅದಮ್ಯ ಸಾಹಸವಿರಬೇಕು. ಈ ಸಾಹಸದಿಂದಾಗಿ ಕಠಿಣ ಆಹ್ವಾನ ಮತ್ತು ಜೀವನ ದರ್ಶನವನ್ನು ಎತ್ತಿಹಿಡಿಯುವ ಸಲುವಾಗಿ ಇಂತಹ ದೃಷ್ಟಿಯ ಪ್ರಕ್ಷೇಪವು ಸಾರ್ವಕಾಲಿಕ ಮಹತ್ವದ ರಚನೆಗಳಲ್ಲಿ ಕೂಡ ಆಗಿದೆ. ಮೃಚ್ಛಕಟಿಕದ ಕೊನೆಯ ಅಂಕದಲ್ಲಿ ಒಂದು ದೃಶ್ಯವಿದೆ. ನೇಣಿಗೆ ಏರಿಸಲಾಗುತ್ತಿರುವ ಚಾರುದತ್ತನನ್ನು ವಸಂತಸೇನೆಯು ಸರಿಯಾದ ಸಮಯಕ್ಕೆ ಬಂದು ಉಳಿಸಿ–ಕೊಂಡಿದ್ದಾಳೆ. ಅವನನ್ನು ನೇಣಿಗೆ ಏರಿಸುವ ತಮಾಷೆಯನ್ನು ನೋಡಲೆಂದು ಶಕಾರನು ಅಲ್ಲಿಗೆ ಬಂದು ಮುಟ್ಟಿದ. ಗಲ್ಲು ಪಲ್ಲಟವಾಗುತ್ತಿರುವುದನ್ನು ಕಂಡು ಅವನು ಚಾರುದತ್ತನ ಮುಂದೆ ಅಂಗಲಾಚುತ್ತಿದ್ದಾನೆ. ಹೊಸದಾಗಿ ರಾಜನಾಗಿರುವ ಆರ್ಯಕನು– 'ನೀನು ಶಕಾರನಿಗೆ ಯಾವ ಶಿಕ್ಷೆಯನ್ನು ನಿರ್ಧರಿಸುವೆಯೋ ಅದನ್ನು ಅಪರಾಧಿಗೆ ನೀಡಲಾಗುವುದು' ಎಂದು ಚಾರುದತ್ತನಿಗೆ ಅಧಿಕಾರವೀಯುತ್ತಾನೆ. ಚಾರುದತ್ತನು ತನ್ನ ನಡವಳಿಕೆಯ ಮಹತಿ ಮತ್ತು ಗರಿಮೆಗಳಿಗೆ ತಕ್ಕಂತೆ ಶಕಾರನನ್ನು ಕ್ಷಮಿಸುವ ಪ್ರಸ್ತಾವ ಮಾಡುತ್ತಾನೆ. ಅಂತಿಮವಾಗಿ ಆ ಪ್ರಸ್ತಾವವು ಸ್ವೀಕಾರವೂ ಆಗುತ್ತದೆ. ಇದೇ ಹೊತ್ತಿಗೆ ವಸಂತಸೇನೆಯು ವಧ್ಯಮಾಲೆಯನ್ನು ಚಾರುದತ್ತನ ಕುತ್ತಿಗೆಯಿಂದ ತೆಗೆದು ಶಕಾರನ ಮೇಲೆ ಎಸೆಯುತ್ತಾಳೆ. ಇದೊಂದು ಅದ್ಭುತ ದೃಶ್ಯ. ವಸಂತಸೇನೆಯು ತನ್ನ ಮೇಲೆ

ಬಲಾತ್ಕಾರ ಮಾಡುವ, ಕೊಲೆ ಮಾಡುವ ಪ್ರಯತ್ನ ಮಾಡಿದ ಶಕಾರನಿಗೆ ಕ್ಷಮೆ ನೀಡುವದಿಲ್ಲ. ಆಕೆಯು ಒಂದು ಶಬ್ದವನ್ನೂ ನುಡಿಯದೇ, ಅವನ ಮೇಲೆ ವಧ್ಯಮಾಲೆಯನ್ನೆಸೆದು ತನ್ನ ನಿರ್ಣಯವನ್ನು ಕೊಡುತ್ತಾಳೆ. ಚಾರುದತ್ತನ ದೊಡ್ಡತನವೆಲ್ಲ ಶಬ್ದಗಳಿಗಷ್ಟೇ ಸೀಮಿತವಾಗಿದೆ. ನಾಟಕವಿಡೀ ಅವನು ತನ್ನ ಬಡತನದ ಕಷ್ಟದಿಂದ ರೋಧಿಸುತ್ತಾನೆ, ಇಲ್ಲವೇ ತನ್ನ ಆಭರಣಗಳನ್ನು, ಬಟ್ಟೆಗಳನ್ನು ತೆಗೆದು ದಾನ ಮಾಡುತ್ತ ಹೋಗುತ್ತಾನೆ. ಸಾಹಸ ಮತ್ತು ಕಾಯಕಗಳ ಆಯ್ಕೆಯನ್ನು ವಸಂತಸೇನೆಯು ಮಾಡುತ್ತಾಳೆ. ತನ್ನೆಲ್ಲ ಉದಾತ್ತತೆಗಳ ಬಳಿಕವೂ ಚಾರುದತ್ತನು ಮಧ್ಯಮವರ್ಗದ ಭದ್ರಲೋಕದ ಪ್ರಾಣಿ. ಆತನ ಕ್ರಿಯಾಹೀನತೆಯು ಹೆಚ್ಚು ಆದರಣೀಯವೆ? ಅಥವಾ ಸಾಹಸದಿಂದ ಸವಾಲನ್ನು ಸ್ವೀಕಾರ ಮಾಡಿ, ಗಾಯಕಿಯಿಂದ ಹಿಡಿದು ಕುಲವಧುವಿನತನಕ ತಲುಪುವ ಸಲುವಾಗಿ ಮಾಡಿದ ಸಂಘರ್ಷವು ಹೆಚ್ಚು ಆದರಣೀಯವೇ?

ಭಗವದಜ್ಜುಕ ಮತ್ತು ಮತ್ತವಿಲಾಸ ಪ್ರಹಸನಗಳು, ತಮ್ಮ ಪರಿಕಲ್ಪನೆಯ ಉತ್ಕೃಷ್ಟತೆಯ ಕಾರಣದಿಂದಷ್ಟೇ ಮುಖ್ಯವಲ್ಲ ಅವು ತಥಾಕಥಿತ ಆಭಿಜಾತ್ಯದ ಹಿಂದೆ ಅಡಗಿರುವ ದಂಭ, ಪಾಖಂಡಿತನ, ಮತ್ತು ಟೊಳ್ಳುತನಗಳನ್ನು ಬಯಲಿಗೆಳೆಯುತ್ತವೆ. ಓರ್ವ ಡಾಕುವಿನ ಜೀವನದ ಮೇಲೆ ಹನ್ನೆರಡನೆಯ ಶತಮಾನದಲ್ಲಿ ಮುನಿ ರಾಮಭದ್ರನು ಬರೆದ 'ಪ್ರಬುದ್ಧ ರೌಹಿಣೀಯ' ನಾಟಕವು ಇದೇ ಪರಂಪರೆಯ ಒಂದು ಉತ್ಕೃಷ್ಟ ಆಯಾಮವನ್ನು ಮುಂದಿಡುತ್ತದೆ. ಭಾರತೀಯ ನಾಟ್ಯ ಪರಂಪರೆಯ ಕಳಚಿ ಹೋಗಿರುವ ಕೆಲವು ಕೊಂಡಿಗಳು ಈ ನಾಟಕಗಳ ಮುಖಾಂತರ ಜೋಡಣೆಯಾಗಬಲ್ಲವು,

ನಿಷ್ಕರ್ಷವಾಗಿ ಭರತಮುನಿಯ ರಸದ ಕಲ್ಪನೆಯು ಏಕತಾನತೆಯನ್ನು ಪ್ರತಿರೋಧಿಸುತ್ತದೆ. ಯಾವುದೇ ರಸವು ಏಕಾಕಿಯಾಗಿ ಬರುವುದಿಲ್ಲ. ಯಾವುದೇ ಒಂದು ಪುರುಷಾರ್ಥವು ಎಲ್ಲಿಯವರೆಗೆ ಅನ್ಯ ಪುರುಷಾರ್ಥಗಳಲ್ಲಿ ಸಮನ್ವಿತವಾಗಿ ಇರುವುದಿಲ್ಲವೋ ಅಲ್ಲಿಯವರೆಗೆ ತನ್ನಷ್ಟಕ್ಕೆ ತಾನೇ ಪೂರ್ಣವಾಗಲಾರದು. ಆದುದರಿಂದ ಭರತಮುನಿಯು ತನ್ನ ರಸವಿಮರ್ಶೆಯಲ್ಲಿ **ರಸವಿಮರ್ದ ಮತ್ತು ರಸವ್ಯತಿಕರ** ಇವು ಆವಶ್ಯಕಗಳು ಎಂಬುದನ್ನು ಅಂಗೀಕರಿಸುತ್ತಾನೆ.

ನ ಹಿ ಏಕರಸಜಂ ಕಾವ್ಯಂ ಕವಿಃ ಕುರ್ಯಾತ್ ಕದಾಚನ।
ವಿಮರ್ದೇ ರಾಗಮಾಯಾತಿ ಪ್ರಯುಕ್ತಂ ಹಿ ಪ್ರಯತ್ನತಃ॥

ನಾಟ್ಯಶಾಸ್ತ್ರವೆಂಬುದು ಜೀವನದ ಸಮಗ್ರತೆಯ ಅಂಗೀಕಾರವಾಗಿದೆ. ಅದರಲ್ಲಿ ಸಂಪ್ಲವ, ಸಮ್ಮರ್ದ ಮತ್ತು ವಿರಾಟ್‌ಗಳ ಅನುಭಾವನವಿದೆ. ಆದುದರಿಂದ–

ಪಂಚಸಂಧಿ ಚತುರ್ವೃತ್ತಿ ಚತುಃಷಷ್ಟ್ಯಂಗ ಸಂಯುತಮ್।
ಷಟ್‌ತ್ರಿಂಶಲ್ಲಕ್ಷಣೋಪೇತಂ ಗುಣಾಲಂಕಾರ ಭೂಷಿತಮ್॥
ಮಹಾರಸಂ ಮಹಾಭೋಗಮುದಾತ್ತ ವಚನಾನ್ವಿತಮ್।
ಮಹಾಪುರುಷ ಸಂಚಾರಂ ಸಾಧ್ವಾಚಾರ ಜನಪ್ರಿಯಮ್॥
ಸುಶ್ಲಿಷ್ಟ ಸಂಧಿಯೋಗಂ ಚ ಸುಪ್ರಯೋಗಂ ಸುಖಾಶ್ರಯಮ್।
ಮೃದುಶಬ್ದಾಭಿಧಾನಂ ಚ ಕವಿಃ ಕುರ್ಯಾತ್‌ತ್ತು ನಾಟಕಮ್॥
(ನಾಟ್ಯಶಾಸ್ತ್ರ.೧೯.೧೩೯-೪೦)

ಎಂದು ಭರತನು ಹೇಳುತ್ತಾನೆ.

*

ಅಭಿನವ

೧೭/೧೮–೨, ಮೊದಲನೆಯ ಮುಖ್ಯರಸ್ತೆ, ಮಾರೇನಹಳ್ಳಿ, ವಿಜಯನಗರ, ಬೆಂಗಳೂರು–೪೦ ದೂ. ೯೧೦ ೨೩೩೧೩೪೨೩

ನಮ್ಮ ಕೆಲವು ಪ್ರಕಟಣೆಗಳು

*ಪ್ರತಿಗಳುಮುಗಿದಿವೆ.